AF762203

NHỮNG TÂM TÌNH CÔ ĐƠN

NHỮNG TÂM TÌNH CÔ ĐƠN

NGUYÊN MINH

NGUYÊN MINH

Những tâm tình cô đơn

NHÀ XUẤT BẢN LIÊN PHẬT HỘI
UNITED BUDDHIST PUBLISHER -UBP

LỜI NÓI ĐẦU

Chúng ta đang sống trong một thời đại mà sự phát triển dân số đã trở thành mối quan tâm chung của tất cả mọi người. Rất nhiều khái niệm mà cách đây chỉ mới vài thập niên thôi vốn chưa được mấy người biết đến, thì nay đã trở thành quen thuộc đến mức trẻ em vị thành niên cũng đã cần phải được giáo dục, chẳng hạn như "kế hoạch hóa gia đình", "kiểm soát dân số", "sinh đẻ có kế hoạch".v.v... Thậm chí nhiều vấn đề mà trước đây các bậc cha mẹ vẫn thường nghiêm cấm con em mình không được biết đến trước tuổi lập gia đình, thì nay đã được các nhà giáo dục yêu cầu đưa vào phần kiến thức phổ thông ngay trên ghế nhà trường, chẳng hạn như những vấn đề về "quan hệ tình dục khác giới", "tình dục đồng tính", "tình dục an toàn".v.v... Sự thật ở đây không phải là các nhà giáo dục hiện đại muốn như thế, mà chính là vì xã hội hiện đại có nhu cầu như thế, cần thiết phải như thế. Bởi những hiểu biết ấy đã thực sự trở thành thiết yếu và quan trọng để bảo vệ các em trước tuổi bước vào đời.

Nhưng cho dù được toàn xã hội quan tâm lo lắng, với rất nhiều các biện pháp tuyên truyền, giáo dục và hỗ trợ cụ thể, có vẻ như vấn đề dân số vẫn là một mũi tên đang nằm sẵn trên dây cung chỉ chực buông ra. Sự bùng nổ dân số gần như là sẵn sàng xảy ra ở bất cứ nơi nào thiếu sự đề cao cảnh giác, và chủ đề "kế hoạch hóa gia đình" vẫn luôn là một trong những chủ đề được giới truyền thông đại chúng quan tâm nhiều nhất. Vào năm 1950, dân số thế giới ước chừng hơn 2,5 tỷ người, nhưng đến năm 1986, con số này đã tăng gần gấp đôi - xấp xỉ 5 tỷ! Những vấn đề mà nhân loại phải đối mặt do sự bùng nổ dân số đã ngày càng bộc lộ rõ hơn, và cách duy nhất để giải quyết chính là phải kiểm soát được mức độ tăng dân số. Kể từ thập niên 1990, tỷ lệ tăng dân số trên toàn thế giới bắt đầu được giảm dần một cách ổn định, và các chuyên gia hy vọng là nhân loại sẽ tiếp tục kiểm soát được mức tăng dân số theo chiều hướng này. Mặc dù vậy, dân số thế giới hiện nay vẫn lên đến hơn 6,5 tỷ người!

Thật là một nghịch lý khi hành tinh này ngày càng có đông người sinh sống hơn nhưng mối quan hệ giữa người với người lại ngày càng trở nên xa cách, nhợt nhạt hơn. Nếu như trước đây những gì xảy đến cho mỗi một con người luôn được rất nhiều người khác quan tâm, thì ngày nay con số những người thực sự quan tâm đến mỗi chúng ta đã ngày càng ít đi. Sự thu hẹp của những mối quan hệ trong xã hội hầu như có thể dễ dàng thấy được, chỉ cần bạn thử làm một vài so sánh nhỏ.

Còn nhớ cách đây khoảng 30 năm, tôi có dịp ghé qua một xóm nhỏ ở ngoại thành Đà Lạt để tìm một người quen. Khi tôi vừa hỏi tên người quen của mình, dân làng lập tức liệt kê cho tôi biết cả thảy có đến 6 người cùng mang tên ấy đang sống trong khu làng này, cùng với quê quán của mỗi người trước khi họ đến đây định cư. Nhờ đó, tôi nhanh chóng tìm được ngay người quen của mình.

Ngày nay, giữa thành phố nhộn nhịp này, bạn có thể lên mạng Internet để truy cập thông tin về một ca sĩ nổi danh nào đó ở tận bên kia bờ đại dương, nhưng lại thường không hỏi thăm ai đó được điều gì về một người hàng xóm sống ngay kế bên nhà anh ta, vì thậm chí ngay cả tên họ người ấy cũng rất ít khi được anh ta biết rõ!

Sự thực là ngoài những mối quan hệ cần thiết trong công việc, chúng ta ngày nay có rất ít quan hệ thân thiết với những người chung quanh. Và phần lớn những mối quan hệ của chúng ta lại thường luôn phải có sự dè dặt, hoài nghi xen vào. Điều đó làm cho chúng ta ngày càng có ít cơ hội hơn để sống thật lòng.

Khi tôi nói ra điều này, chắc hẳn phần đông các bạn sẽ nghĩ ngay đến một điều: gia đình! Vâng, ít ra thì bạn nghĩ rằng vẫn còn có những mối quan hệ không gì thay thế được trong gia đình của bạn, và bạn không thể nào tin được nếu có ai cho rằng những mối quan hệ trong gia đình của bạn cũng không là ngoại lệ, nghĩa là vẫn kém phần thân thiết, đầm ấm hơn trước đây. Mặc dù vậy, những gì tôi đang muốn chia sẻ với các bạn hôm nay lại không phải là ý kiến chủ quan của một vài người, mà là một thực tế đang diễn ra trong toàn xã hội. Vì thế, chúng ta hãy nhìn nhận một cách khách quan hơn là tranh cãi theo ý riêng của mỗi người.

Khi tôi ra đời, cha mẹ tôi thỉnh thoảng vẫn còn lội bộ băng đồng năm sáu cây số để về quê ăn giỗ. Trong ký ức non nớt của tôi ngày đó vẫn còn lưu lại ít nhiều hình ảnh về những lần hội họp bà con thân tộc ở một từ đường làng quê hẻo lánh. Ngày nay, chúng ta thường gặp những buổi tiệc có đến hàng trăm khách mời, nhưng trong số đó liệu có được bao nhiêu người có mối quan hệ thân thiết thực sự với chúng ta? Trong khi đó, cơ hội họp mặt của những người cùng chung huyết thống có vẻ như đã trở nên ngày càng hiếm hoi hơn.

Gia đình ngày nay cũng thực sự thu nhỏ đến mức tối thiểu của nó. Cha mẹ hiếm khi có được điều kiện sống chung cùng con cái ngay sau khi chúng lập gia đình, đừng nói là đợi đến khi có cháu nội, cháu ngoại để được chơi đùa, bồng bế! Những gia đình có hai hoặc ba thế hệ cùng chung sống đã là mô-tip không còn nhìn thấy nữa, nói chi đến những bức tranh "tứ đại đồng đường" như xưa kia! Vì thế, những đứa trẻ ngày nay lớn lên thường là trong sự thiếu thốn tình cảm sâu đậm của ông, bà, chú, bác hoặc cô, cậu, dì... May mắn lắm thì chúng mới được thường xuyên gần gũi với cha mẹ hằng ngày, còn nếu rơi vào tình trạng phổ biến hơn thì nhà trẻ sẽ luôn là nơi chiếm phần lớn thời gian trong ngày của trẻ!

Còn quan hệ vợ chồng thì sao? Đã quá xa rồi cái thời "chồng cày, vợ cấy, con trâu đi bừa". Trong xã hội công nghiệp ngày nay, vợ chồng được làm chung một công việc là điều rất may mắn mà không phải ai cũng có được. Tình trạng phổ biến hơn là cứ sáng ra thì "mỗi người đi mỗi ngã", cho đến chiều mới có cơ hội gặp lại nhau. Tất nhiên là chúng ta không thể phủ nhận nhu cầu làm việc để nuôi sống gia đình, nhưng vẫn phải thừa nhận là khi mức độ bon chen kiếm sống trong xã hội ngày càng lên cao thì cho dù chúng ta làm ra được rất nhiều vật chất nhưng những gì chúng ta giữ lại được cho đời sống tình cảm cá nhân có vẻ như đã ngày càng ít đi!

Bạn đọc có thể cho rằng tôi thật bi quan khi phác họa một bức tranh khá ảm đạm về những quan hệ tình cảm trong hiện tại. Nhưng thật ra thì việc mô tả một thực trạng không thể hàm ý bi quan hay lạc quan trong đó. Vấn đề nằm ở chỗ là chúng ta chọn cách giải quyết như thế nào đối với thực trạng ấy. Bản thân tôi luôn cho rằng không có gì đáng lạc quan và sung sướng hơn là sự hiện diện của mỗi chúng ta trong cuộc sống này! Và chính vì thế mà chúng ta không nên để cho bất cứ điều kiện ngoại cảnh nào có thể làm mất đi niềm vui sống của mình.

Nhưng chúng ta sẽ không thể làm được điều đó nếu không khách quan nhận ra được những trở lực từ ngoại cảnh. Cuộc sống bon chen của thời đại công nghiệp này quả thực là đang vươn xa bàn tay vật chất để khống chế hầu hết mọi ngóc ngách trong cuộc sống chúng ta. Tiền bạc và các tiện nghi vật chất đang ngày càng trở nên quan trọng hơn trong cuộc sống. Bất chấp một thực tế là ngày nay chúng ta làm ra rất nhiều tiền hơn so với trước đây, chúng ta cũng đồng thời phải sống phụ thuộc nhiều hơn vào túi tiền của chính mình cũng như của người khác! Áp lực của đời sống vật chất đang ngày càng gia tăng theo hướng làm thay đổi cả tâm tư, tình cảm của mỗi chúng ta. Nếu không tỉnh táo nhận ra điều đó, chúng ta sẽ rất dễ dàng trở thành một thứ con rối của ngoại cảnh, luôn chịu sự chi phối của những hoàn cảnh bên ngoài để yêu, để ghét mà không còn có được những phút giây rung động thật lòng.

Hơn bao giờ hết, con người ngày nay đang sống trong những mối quan hệ chi phối lẫn nhau nhiều hơn là sẻ chia, giúp đỡ. Cái gọi là tình cảm chân thành và đơn thuần đã trở nên hiếm hoi ít có. Những toan tính lợi dụng lẫn nhau nhiều khi hiện hữu một cách vô cùng tinh tế đến nỗi chúng ta hầu như không nhận ra được chúng và lầm tưởng rằng mình đang được thương yêu thật sự, cũng bởi vì cái gọi là trực giác trong tình cảm của phần lớn chúng ta đều đã bị chai lỳ đi qua những cọ xát quá nhiều trong đời sống vật chất.

Mâu thuẫn phát sinh ở đây là bản chất khát khao tình cảm chân thành của mỗi chúng ta lại vẫn không hề thay đổi! Vì thế, một khi không có được sự thương yêu và sẻ chia thực sự trong cuộc sống, chúng ta sẽ luôn cảm thấy mình cô độc, lẻ loi. Cảm giác cô đơn giữa sự vây quanh của rất nhiều người có lẽ là điểm chung nhất mà hầu hết chúng ta đều đã từng trải qua.

Những khi chúng ta đau buồn, vấp ngã hoặc

cảm thấy hụt hẫng trong quan hệ xã hội, chúng ta rất thường nghĩ đến tình cảm gia đình như một chỗ trú ngụ để tìm về. Những lúc ấy, ta cảm thấy cách biệt và xa lạ với tất cả mọi người chung quanh và chỉ tin cậy, đợi chờ sự chia sẻ, cảm thông từ những người trong gia đình. Nhưng nếu người đã gây đau khổ cho ta hoặc làm ta thất vọng lại là một thành viên trong gia đình, chúng ta sẽ có khuynh hướng tách biệt với những thành viên khác và quay sang gần gũi với một ai đó là người mà ta vẫn thường tin yêu, thân thiết nhất. Tâm lý này xuất hiện ở hầu hết mọi người, và nó giải thích cho thái độ sống thu mình cách biệt của những người vừa trải qua thất bại, đau khổ... Những trường hợp điển hình thường gặp nhất là thi hỏng, thất tình, thất nghiệp, có người thân qua đời hoặc thậm chí sau khi bị mất mát một tài sản lớn... Trạng thái cô đơn bao trùm cuộc sống của những con người tội nghiệp này, và trong một số trường hợp quá nghiêm trọng, thậm chí họ có thể dễ dàng nghĩ đến việc tự kết liễu đời sống của mình! Bởi vì họ luôn cảm thấy cực kỳ cô độc ngay cả khi đang sống giữa rất đông người.

Vì thế, trạng thái cô đơn mà mỗi người chúng ta thường trải qua có thể hiểu một cách chính xác không chỉ là vì không có người để giao tiếp quanh ta, mà thực sự còn là trạng thái đánh mất khả năng tiếp xúc, hòa hợp với người khác. Có nhiều nguyên nhân có thể dẫn đến sự đánh mất khả năng tiếp xúc với người khác, nhưng hầu hết những nguyên nhân này đều có thể vượt qua nếu chúng ta hiểu được bản chất sự chi phối của chúng đối với những chuyển biến về tình cảm của chúng ta, cũng như bản chất thực sự của trạng thái cô đơn mà ta đang nếm trải.

Như đã nói, khi bạn cảm thấy cô đơn trong xã hội, bạn thường muốn tìm về gia đình, và khi cảm thấy cô đơn trong môi trường gia đình, bạn thường muốn sẻ chia điều đó với người thân thiết nhất. Nhưng điều gì sẽ xảy ra nếu như ngay cả người thân thiết nhất của bạn cũng không thể sẻ chia tình cảm với bạn, hoặc chính người ấy lại là người làm cho bạn khổ đau, thương tổn? Đây chính là thử thách khó vượt qua nhất trong cuộc sống, và không ít người đã phải bỏ cuộc khi rơi vào những hoàn cảnh như thế. Tuy nhiên, việc đứng vững và vượt qua những hoàn cảnh này là điều hoàn toàn có thể làm được, và để làm được điều đó bạn chỉ có một cách duy nhất là phải biết dựa vào chính bản thân mình. Nói một cách chính xác hơn, đây phải là kết quả của một quá trình rèn luyện và tu dưỡng để có được nhận thức đúng đắn về cuộc sống và một tâm hồn vững chãi, giàu nghị lực. Nhưng điều thiết thực hơn không phải là chỉ để đối mặt với những hoàn cảnh cực kỳ bi đát hay đau khổ, mà là để luôn luôn có được một thái độ sống vững vàng tự tin và lạc quan vui sống, bất chấp mọi hoàn cảnh khác nhau có thể có trong đời sống.

Tập sách này được hình thành trong ước muốn chia sẻ với bạn đọc đôi điều về quá trình rèn luyện và tu dưỡng để luôn có thể tìm được niềm vui trong cuộc sống. Người viết thực sự không dám nêu lên những khuôn vàng thước ngọc, mà chỉ là một vài cảm nhận và kinh nghiệm thực sự của người đã từng vấp ngã. Hầu hết những gì có thể gọi là "nguyên tắc" được nêu ra ở đây vốn dĩ đã được người xưa biết đến và truyền dạy từ trước đây nhiều thế kỷ. Chỉ có điều đáng tiếc là phần lớn chúng ta đã có rất ít cơ hội để tiếp xúc và hiểu được một cách thấu đáo những lời dạy sáng suốt của người xưa, và vì thế vẫn thường cho đó là những quan niệm rất khó hiểu và không còn hợp thời. Sự thật là cho dù có trải qua bao nhiêu thế kỷ nữa, bản chất con người vẫn không hề thay đổi, chỉ có hoàn cảnh sống của chúng ta trong từng thời đại có sự thay đổi khác nhau mà thôi. Vì thế, chỉ cần chúng ta có thể nhận hiểu và vận dụng một cách thích hợp thì những khuôn thước của ngàn xưa vẫn chưa phải đã là lỗi thời.

Sự thành công hay thất bại về mặt vật chất của chúng ta thường không phải bao giờ cũng do bản thân ta quyết định. Khi những nỗ lực của chúng ta rơi vào những hoàn cảnh không thuận lợi - hay nói cách khác là không gặp thời - thì cho dù chúng ta có cố gắng đến đâu cũng không thể đạt được thành công. Người xưa đã biểu đạt một cách sâu sắc ý nghĩa này khi nói: "Luận anh hùng bất phân thành bại."

Chúng ta đều biết đến những con người tài ba lỗi lạc như Trương Công Định, Hoàng Hoa Thám hay Phan Đình Phùng, chỉ vì rơi vào hoàn cảnh quá bất lợi mà họ không thể đạt được sự thành công như mong muốn. Họ đã nỗ lực hết sức mình, và năng lực thực sự của họ cũng không ai có thể phủ nhận, nhưng hoàn cảnh lịch sử đã đặt ra những thử thách vượt quá sức họ, và vì thế mà sự thất bại cũng là điều có thể hiểu được. Tuy họ không đạt được thành công, nhưng ai dám bảo họ không phải là những bậc anh hùng?

Nhưng nếu xét về mặt tinh thần hay đời sống tình cảm thì vấn đề lại hoàn toàn khác hẳn. Sự thành công hay thất bại của chúng ta là hoàn toàn dựa vào khả năng và nghị lực của chính mình, bất chấp mọi hoàn cảnh khác nhau. Bạn có thể thất bại trước những khó khăn thử thách của hoàn cảnh và hoàn toàn không thể đạt được một mục tiêu vật chất nào đó, nhưng không thể đổ thừa cho hoàn cảnh khi không kiểm soát được tâm trạng của chính mình. Điều đó chỉ có thể là do bạn đã thiếu nhận thức đúng đắn về bản chất sự việc, không có nghị lực vững vàng và thiếu sự rèn luyện, tu dưỡng nội tâm. Nếu bạn thực sự có được những yếu tố ấy, bạn chắc chắn sẽ luôn kiểm soát được trạng thái tinh thần và tình cảm của mình trong mọi hoàn cảnh, bởi vì xét cho cùng thì mọi hoàn cảnh bên ngoài chỉ có thể chi phối được tinh thần của bạn khi bạn không tự mình kiểm soát được nó mà thôi.

Như đã nói, chúng ta không phủ nhận việc môi trường sống của thời hiện đại đang ngày càng trở nên phức tạp và chịu sự chi phối nhiều hơn của yếu tố vật chất. Tuy nhiên, điều đó hoàn toàn không có nghĩa là yếu tố tinh thần của con người đang suy thoái như nhận định bi quan của một số người. Thật ra, hơn bao giờ hết, chúng ta đang đứng trước những cơ hội thử thách để rèn luyện và trưởng thành về mặt nội tâm. Nếu biết tận dụng, cuộc sống sẽ mở ra trước mắt ta bao điều tươi vui và thú vị. Ngược lại, đám mây mù ảm đạm của nỗi cô đơn buồn khổ sẽ luôn vây phủ chúng ta trong suốt cả cuộc đời. Sự lựa chọn là hoàn toàn do nơi chính bản thân mỗi người, và tập sách nhỏ này hy vọng có thể mang lại đôi điều hữu ích cho các bạn khi đứng trước những ngã rẽ quan trọng của tâm tình.

Thật ra, người viết đã không có nhiều thời gian để dành cho tập sách này như một công trình nghiên cứu nghiêm túc về tâm lý đời sống, mà chỉ đơn giản là một vài ghi nhận bất chợt qua những dòng suy tư thoáng hiện trong cuộc sống, thông qua sự học hỏi và vận dụng của chính bản thân mình. Vì thế, mong rằng bạn đọc có thể xem đây như là những tâm tình chia sẻ hơn là những khuôn ngọc thước vàng. Có như thế thì may ra mới có thể tránh được cho người viết cái tội danh "vung tay quá trán", không tự lượng sức mình. Kính mong các bậc cao minh khi ghé mắt xem qua sẽ niệm tình lượng thứ, và rất mong rằng quý độc giả gần xa có thể tìm được nơi đây một đôi điều đồng cảm.

Trân trọng

NGUYÊN MINH

Trong dòng người mênh mông

Có thể bạn chưa một lần thử định nghĩa về tâm trạng ấy, nhưng tôi dám chắc là bạn đã từng nếm trải nó. Bởi vì đó là tâm trạng hầu như phổ biến ở hết thảy mọi con người.

Vào một đêm khuya, tôi chợt thức giấc và cảm thấy một sự hiện hữu đơn độc giữa không gian im ắng và sâu lắng của màn đêm tịch mịch. Ngay đến tiếng côn trùng rỉ rích cũng không còn nghe thấy. Tất cả như chìm vào sự im lặng tuyệt đối, bởi vì quanh tôi không còn có bất cứ một con người nào khác. Giữa khu rừng rẫy mênh mông này, cái chòi tranh gần nhất có người cũng cách tôi đến hơn một cây số!

Khi bạn cảm nhận tâm trạng cô đơn trong những hoàn cảnh tương tự như thế, điều đó thật hoàn toàn dễ hiểu. Con người sinh ra vốn dĩ luôn được vây quanh bởi những con người khác, và sự cách biệt với mọi người, cho dù chỉ trong thoáng chốc, luôn mang lại cảm giác cô độc, lẻ loi. Đó có thể là một phiên gác đêm nơi hải đảo, ca trực đêm chỉ có một mình trên chòi canh cheo leo, hay thậm chí chỉ là vài tiếng đồng hồ đơn độc trên một đoạn đường rừng vắng vẻ. Tâm trạng cô đơn trong những lúc này là bởi vì chúng ta thực sự biết rằng quanh ta không có bất cứ ai khác để chuyện trò, chia sẻ.

Nhưng chúng ta không chỉ cô đơn khi quanh ta

không có người. Trong rất nhiều trường hợp, ngay cả những khi sống giữa đông người mà chúng ta vẫn có thể cảm thấy hết sức cô đơn. Đó là khi ta có một tâm sự không thể sẻ chia cùng ai khác. Buồn đau, nhớ nhung, thất vọng... đều là những nguyên nhân rất thường gặp dẫn đến tâm trạng cô đơn giữa chốn đông người. Hãy nghe tâm sự của một chàng sinh viên đến từ tỉnh lẻ khi nhớ nhung người bạn tình xa cách:

Buổi chiều trước cổng trường Đại học,
Anh trôi đi trong dòng người mênh mông.
Thành phố thở nhịp cuối ngày gấp gáp,
Lẻ loi anh với nỗi nhớ dạt dào...

Trong dòng xe cộ chen chúc vào giờ tan tầm, anh sinh viên si tình trên chiếc xe đạp cọc cạch quả thật là đang "*trôi đi*" trong cả "*dòng người*" vây quanh mình. Nhưng trong cả một rừng người nhộn nhịp với "*nhịp cuối ngày gấp gáp*" như thế, anh chàng vẫn không cảm thấy có ai đó có thể cùng sẻ chia nổi nhớ nhung dào dạt trong lòng, và vì thế mà anh ta vẫn cảm thấy mình thật lẻ loi, cô độc...

Tâm trạng cô đơn giữa chốn đông người lại là tâm trạng rất thường gặp trong cuộc sống ngày nay. Không chỉ là những khi chúng ta chìm ngập trong sự nhớ nhung, buồn đau hay thất vọng, mà còn là trong bất cứ hoàn cảnh nào khi ta không tìm được một sự đồng cảm, chia sẻ từ những người quanh ta. Những lúc ấy, chúng ta luôn cảm thấy có một khoảng cách nào đó giữa ta và người khác, khiến ta không thể vượt qua để có sự hòa hợp, chia sẻ tâm tình. Điều rất không may ở đây là, càng tách biệt, lẻ loi, chúng ta càng nuôi lớn thêm những nỗi buồn đau, thất vọng đang chất chứa trong lòng mình. Chỉ khi nào chúng ta cố gắng vượt qua được tâm trạng tách biệt, vượt qua được cái khoảng cách không thật kia để sẻ chia tâm tình cùng người khác thì những buồn đau, thất vọng của ta mới có thể vơi dần và biến mất. Có ai đó đã nói lên ý nghĩa này một cách vô cùng cụ thể: "*Nỗi buồn khi chia sẻ thì vơi đi, còn niềm vui khi chia sẻ lại nhân lên gấp bội.*" Chỉ cần luôn nhớ đến điều này, có thể chúng ta sẽ biết cách để làm vơi bớt đi những nỗi buồn đau vốn đang hiện hữu quá nhiều trong cuộc sống, thay vì là để bị nhấn chìm vào tâm trạng lẻ loi, cô độc giữa dòng người mênh mông!

Khoảng cách giữa con người

Hầu hết chúng ta không ai có được một ký ức đủ mạnh để ghi lại tất cả những gì ta đã từng trải qua. Đó là cách làm việc hoàn toàn hợp lý của bộ não, vì nó giúp ta luôn có được những khoảng trống cần thiết trong "*bộ nhớ*" để có thể tiếp tục đời sống. Cho dù có sống đến trăm tuổi hoặc lâu hơn thế nữa, chúng ta cũng chẳng bao giờ bị báo lỗi "*disk full*" hay "*out of memory*" như vẫn thường xảy ra với các máy vi tính!

Thật ra, tất cả mọi việc mà ta đã từng trải qua

trong đời sống đều được ghi vào ký ức với những cường độ khác nhau, tùy theo ấn tượng của sự việc đó đối với ta như thế nào, để rồi sau đó lại tiếp tục được phân loại theo một cơ chế hoàn toàn tự động. Nhưng các phần ký ức ít được sử dụng đến nhất sẽ dần dần bị đẩy lùi vào khoảng sâu kín nhất, và dần dần mờ nhạt đi theo thời gian cho đến khi gần như mất hẳn. Bằng cách đó, những sự kiện mới lại tiếp tục được ghi vào ký ức mà không bao giờ xảy ra hiện tượng "*thiếu bộ nhớ*".

Ưu điểm tự nhiên của cơ chế "*ghi và xóa*" theo cách này là chúng ta không cần quan tâm đến hoạt động của ký ức. Chúng được diễn ra một cách hoàn toàn tự động. Những gì quan trọng hơn thường tạo ra ấn tượng mạnh hơn và vì thế sẽ được ghi nhớ kỹ hơn, lâu hơn. Nhưng nếu quá lâu không được "*truy cập*" đến thì chúng cũng sẽ dần dần phai nhạt, được "*xóa*" đi. Cứ như vậy, dòng ký ức của ta tự nhiên trôi chảy mà chẳng bao giờ bị đầy ắp bởi vô vàn những chuyện "*trăm năm trong cõi người ta*"!

Nhược điểm của cơ chế làm việc này là đôi khi có những chuyện chúng ta không muốn nhớ mà vẫn cứ nhớ dai, nhớ kỹ. Và lại có lắm chuyện "*muốn quên đi sao lòng vẫn nhớ*"! Bởi vì chúng được "*ghi và xóa*" một cách tự động, nên có đôi khi chúng ta hoàn toàn không làm chủ được quá trình "*ghi xóa*" đó, thậm chí có khi ta chẳng hiểu được vì sao lại có lắm chuyện oái ăm ngoài ý muốn! Vừa mới phỏng vấn xin việc ngày hôm qua chưa có kết quả, hôm nay tình cờ gặp ngay vị trưởng phòng đã phỏng vấn mình mà lại quên khuấy mất cái tên ông ta! Quên hẳn đi thì cũng còn tạm chấp nhận được, đằng này lại... nhớ lộn mới dễ chết! Thật không dễ chịu chút nào khi có ai đó chào hỏi mình mà lại gọi tên một... người khác!

Hiểu được điều này, đôi khi chúng ta cũng cần phải quan tâm đôi chút đến những việc "*nhớ gì*" và "*quên gì*", để tránh không phải rơi vào tình trạng oái ăm như vừa nói. Bởi vì thật ra thì cơ chế "*tự động*" của ký ức là một kiểu hoạt động tự nhiên, nhưng chúng ta vẫn hoàn toàn có thể làm chủ được nó nếu có sự chú tâm và rèn luyện để kiểm soát được phần nào những gì "*cần phải nhớ*" và những gì "*cần phải quên*"! Quá trình học tập xét cho cùng cũng chính là một quá trình liên tục chọn lọc những điều cần phải nhớ!

Điều mà hầu hết chúng ta đều quên đi một cách tự nhiên là những tâm trạng mà ta đã từng trải qua trong những giai đoạn khác nhau của đời sống. Một chút bâng khuâng mơ mộng của tuổi mới lớn nếu không được các văn nhân thi sĩ tốn ít nhiều giấy mực ghi lại thì thường là chẳng mấy ai nhớ đến. Vì thế mà cô bé tuổi mười lăm phải chịu một roi đau điếng khi đang ngồi học bài bên cửa sổ lại gửi hồn lên tận đám mây trắng đang trôi trên trời xa, đến nỗi ông bố đã đứng sát bên mà vẫn không hề hay biết! Ông bố nghiêm khắc kia chắc chắn là đã quên khuấy mất cái "*bâng khuâng mơ mộng*" của chính mình vào thuở mười lăm tuổi, nên không thể nào hiểu được vì sao con bé lại có thể "*mơ mơ màng màng*" như thế trong lúc đang học bài!

Phần lớn những trường hợp thường được gọi là "*khoảng cách thế hệ*" thật ra lại chính là sự "*không hiểu nhau*" do những người đi trước đã "*quên khuấy đi*" tâm trạng ngày trước của chính mình. Bà mẹ chồng nếu vẫn chưa quên tâm trạng của ngày mới về làm dâu, chắc chắn sẽ rất dễ dàng cảm thông được với những khó khăn, bất ổn của người con dâu mới. Tiếc rằng điều đó rất ít khi xảy ra. Vì thế, thay vì một tâm trạng cảm thông để giáo huấn, chúng ta lại thường gặp hơn là những xét nét và nghiêm khắc đến lạnh lùng! Cha mẹ nếu vẫn chưa quên những tâm trạng bồng bột, nhiệt thành của chính mình khi còn trẻ, chắc chắn sẽ rất dễ dàng hiểu được những cách ứng xử "*lạ lùng*" của con cái. Và tương tự như thế, những thế hệ đàn anh, đàn chị chắc chắn sẽ dễ dàng cảm thông và dẫn dắt được các em nếu như có thể chấp nhận sự đối thoại chân thành để tìm hiểu thay vì là luôn lên lớp giáo huấn!

Hơn thế nữa, chính vì những tâm trạng khác nhau mà chúng ta đã từng trải qua thường không được nhớ lại một cách thích hợp, nên chúng ta rất dễ dàng đánh mất đi những cơ hội cảm thông cùng người khác. Chúng ta ai cũng đã từng có lúc sai lầm, vấp váp, cũng đã từng thất bại chua cay hoặc buồn đau thảm thiết... nhưng không mấy ai có thể hiểu được một cách sâu sắc tâm trạng của người khác khi rơi vào những hoàn cảnh tương tự như thế.

Đến đây, bạn đọc chắc hẳn có thể nêu ra một câu

hỏi: "*Đúng là tôi đã quên đi rất nhiều tâm trạng mà mình đã từng trải qua. Nhưng sự quên đi đó, như đã nói là hoàn toàn tự nhiên, vậy thì liệu tôi có thể làm gì khác hơn được chứ?*"

Vâng, đúng vậy. Điều đó là hoàn toàn tự nhiên, và cho dù chúng ta có muốn nhớ lại cũng không thể nào nhớ hết! Nhưng vấn đề quan trọng không nằm ở điểm này, mà chính là ở chỗ chúng ta cần phải nhận biết rằng *có một sự khác biệt giữa bản thân ta và người mà ta đang giao tiếp*. Nếu chúng ta không nhận biết là có sự khác biệt này, ngay lập tức sẽ có một khoảng cách được tạo ra giữa ta và người ấy. Bởi vì khi ấy ta sẽ luôn có khuynh hướng áp đặt những suy tư, tình cảm, quan điểm của chính mình vào cho người khác, và do đó mà trong hầu hết trường hợp ta đều sẽ vấp phải một sức phản kháng nhất định từ đối tượng.

Con cái phản đối cha mẹ, vợ phản đối chồng, các em phản đối anh chị... hầu hết đều là do khi người ta cảm nhận được một sự áp đặt về tư tưởng, tình cảm... Ngược lại, nếu cha mẹ nhận biết được và chấp nhận rằng *có những khác biệt* nhất định giữa con cái với mình, họ sẽ biết lắng nghe nhiều hơn để tìm hiểu và dẫn dắt thay vì là áp đặt quan điểm của mình một cách cứng nhắc lên con cái. Điều này chắc chắn sẽ tạo ra một môi trường giao tiếp cởi mở hơn, bởi vì đôi bên đều cảm thấy thoải mái hơn khi ý kiến của mình được phía bên kia lắng nghe và tôn trọng.

Mặt khác, mỗi con người luôn là một cá thể riêng

biệt và hoàn toàn độc đáo, không ai có thể giống hệt như một người khác! Chính vì thế, chúng ta không thể chỉ dựa vào cảm nhận của riêng mình để suy diễn về tâm tư, tình cảm hay suy nghĩ của người khác, ngay cả khi tưởng chừng như đó là những trường hợp hoàn toàn tương tự. Ngoài những điểm giống nhau về đại thể, mỗi trường hợp riêng của mỗi con người đều có những khác biệt nhất định. Vì thế, cách tốt nhất để hiểu được người khác bao giờ cũng là sự chân thành lắng nghe và sẵn sàng cảm thông, chia sẻ.

Khi chúng ta tự cho rằng những suy nghĩ, tình cảm hay quan điểm của mình là hoàn toàn đúng đắn và dựa vào đó làm khuôn mẫu để bắt buộc người khác phải tuân theo, chúng ta sẽ tạo ra những khoảng cách trong giao tiếp. Và vì đây là khuynh hướng tự nhiên xuất hiện ở hầu hết mọi người, nên chúng ta có thể dễ dàng hiểu được vì sao luôn có sự hiện hữu của những khoảng cách như thế này giữa những con người. Tuy nhiên, chỉ cần chúng ta chấp nhận việc *có sự khác biệt* giữa đôi bên trong giao tiếp, chúng ta sẽ ngay lập tức mở ra khả năng vượt qua khoảng cách ấy để đạt đến sự cảm thông và hòa hợp.

Khoảng cách giữa những con người là một khuynh hướng tự nhiên không lấy gì làm tốt đẹp, vì nó cản trở sự hòa hợp giữa tất cả chúng ta. Nhưng sự vượt qua những khoảng cách ấy là điều hoàn toàn có thể làm được, chỉ cần chúng ta nhận biết và chấp nhận ứng xử theo một cách hợp lý hơn, biết tôn trọng người khác hơn. Đây chính là chiếc chìa khóa đầu tiên để mở ra cánh cửa đi vào tâm hồn người khác, xóa bỏ đi cảm giác cô đơn khi đang sống chung giữa những con người.

Lên non cho biết non cao...

Không ai yêu thương chúng ta bằng cha mẹ. Điều này hẳn là sẽ không có ai trong chúng ta phải phản đối, vì nó hầu như đúng với mọi trường hợp. Từ anh nông dân một nắng hai sương cho đến cô thợ dệt tăng ca tận 2 giờ sáng, từ người công nhân xưởng máy lấm lem dầu nhớt cho đến bác hàng rong chân thấp chân cao đi khắp các nẻo đường, từ người phu quét đường lặng lẽ nhặt sạch từng tờ giấy rác cho đến anh xích-lô cọc cạch sáng sớm đến chiều tối... Mỗi giọt mồ hôi mà họ nhỏ xuống đều là cho con, vì con, lo cho con trong hiện tại và cho cả tương lai. Những anh nông dân, những cô thợ dệt, những người công nhân, những bác hàng rong... tất cả đều bất chấp những gian lao khó nhọc đang đè nặng trên đôi vai mình, vẫn luôn vui tươi hớn hở khi kỳ vọng về một tương lai huy hoàng xán lạn cho con cái. Những mảnh bằng cử nhân, bác sĩ hay thạc sĩ trong tương lai không thể không lóng lánh trên đó những giọt mồ hôi mà họ đã ngày đêm âm thầm nhỏ xuống. Tất cả đều là vì con, hy sinh cho con!

Nhưng điều nghịch lý ở đây là, cũng chính các

bậc cha mẹ lại là những người thường gây khổ tâm cho con cái nhiều nhất do những bất đồng trong suy nghĩ, quan điểm hoặc cảm nhận. Người khác có thể không hiểu ta, điều đó cũng thường thôi và chưa có gì đáng nói, nhưng nếu cha mẹ không hiểu ta thì e rằng tai họa sẽ ập xuống không biết lúc nào! Đã qua rồi cái thời "*cha mẹ đặt đâu con ngồi đó*" với những cuộc hôn nhân éo le làm cho con cái đôi khi phải khổ sở suốt đời, nhưng thật ra thì kịch bản đó ngày nay vẫn còn đang được diễn lại với những hình thức mới!

Khi trao phần thưởng xuất sắc cho một học sinh, cô giáo hỏi: "*Lớn lên em dự định sẽ làm gì?*" Cô bé đáp: "*Thưa cô, em sẽ làm bác sĩ, làm cô giáo và làm họa sĩ.*" Cô giáo bật cười: "*Sao em chọn nhiều thế?*" Cô bé đáp: "*Thưa cô, không phải chỉ mỗi mình em chọn đâu ạ. Em sẽ làm bác sĩ theo ý ba, làm cô giáo theo ý mẹ, và làm họa sĩ theo ý em.*"

Phía sau tính hài hước trong câu chuyện này là một thực trạng mà chúng ta không thể phủ nhận. Rất nhiều bậc cha mẹ ngày nay không hề biết rằng họ đang làm khổ con cái khi vô tình hay cố ý áp đặt những cách suy nghĩ, sở thích, nguyện vọng của mình lên con cái. Một người bạn thân của tôi đã theo học Đại học Bách khoa "*theo ý ba*" để trở thành kỹ sư cơ khí trong khi anh thực sự yêu thích văn chương và đã từng có một truyện ngắn được đăng báo từ thời trung học! Bây giờ, anh chàng mở một *garage* sửa chữa xe hơi, mỗi ngày đều phải chui ra chui vào dưới gầm xe tối om đầy dầu nhớt, đành thả trôi giấc mộng văn chương của một thời xa vắng...

Áp lực của các bậc cha mẹ ngày nay không biểu hiện một cách thô bạo qua những mệnh lệnh cứng nhắc như xưa kia, nhưng lại thường được tạo ra từ những tỉ tê tâm sự, những ước ao mong đợi mà không một người con hiếu thảo nào có thể không lưu tâm. Và vì thế, trước ngưỡng cửa vào đời không ít các em đã chọn sai phương hướng. Trong những năm tôi còn dạy học, hầu hết những học trò cuối cấp 3 của tôi đều luôn chờ dịp để tranh thủ một lời khuyên về việc chọn hướng đi cho tương lai. Vì thế, thỉnh thoảng tôi thường có những buổi nói chuyện cởi mở với các em vào dịp cuối tuần về đề tài này. Hầu như tất cả các em đều bày tỏ sự băn khoăn, ray rứt khi sự chọn lựa của mình không hoàn toàn phù hợp với ý muốn của ba hoặc của mẹ! Trong những trường hợp đó, tôi thường khuyên các em hãy cố gắng vượt qua khoảng cách với ba mẹ để đạt đến một sự cảm thông hài hòa, thay vì là đối đầu bằng những lý lẽ đúng, sai, phải, trái.

Khoảng cách giữa các bậc cha mẹ và con cái là điều hoàn toàn có thể hiểu được. Về mặt thời đại, sự phát triển nhanh chóng của xã hội hiện đại đã làm cho thế hệ đi trước dễ dàng trở nên tụt hậu. Cách đây vài ba mươi năm, rất nhiều ngành học hiện nay chưa có mặt tại nước ta. Để cho các bậc cha mẹ hiểu hết được những điều ấy cũng đã là một khó khăn, huống hồ là thuyết phục các vị về việc chọn ngành nào là thích hợp!

Hơn thế nữa, rất nhiều quan điểm sống trong xã hội cũng đang thay đổi một cách nhanh chóng, từ việc giao tiếp bạn bè cho đến cung cách học tập, làm việc, đều có nhiều điều không giống với trước kia. Trong khi đó, tâm lý chung của các bậc cha mẹ đều là lo lắng cho sự "*an toàn*" của con cái, luôn sợ rằng con cái mình sẽ dễ dàng hư hỏng khi tiếp xúc với những "*cái mới*", "*cái lạ*" đầy "*nguy hiểm*". Ngược lại, các bạn trẻ ngày nay lại rất cần đến những cơ hội tiếp xúc rộng rãi để học hỏi, rèn luyện và trưởng thành, bởi những kiến thức cần đến trong xã hội ngày nay đã hoàn toàn không thể được cung cấp đủ trong phạm vi nhà trường.

Sự khác biệt về nhu cầu và quan điểm giữa hai thế hệ đang được đẩy ra đến một khoảng cách xa nhất vì tốc độ phát triển quá nhanh của mọi thứ trong thời hiện đại. Và điều đó khiến cho nhiều bậc cha mẹ không thể cảm thông được với những suy nghĩ, tình cảm cũng như nhu cầu của con cái.

Mặt khác, các bậc cha mẹ luôn phải chịu nhiều áp lực nặng nề từ công việc mưu sinh hằng ngày cũng như sự lo lắng cho tương lai con cái. Điều này tạo ra tâm lý căng thẳng thường xuyên khi họ quay về với môi trường gia đình. Điều mà họ luôn cần đến là một bầu không khí vui tươi thư giãn, chia sẻ và xoa dịu từ con cái. Thế nhưng rất ít bạn trẻ hiểu được điều này. Các bạn thường đòi hỏi ở cha mẹ nhiều hơn là quan tâm những gì cha mẹ cần đến ở mình. Và chính vì thế mà khoảng cách giữa đôi bên càng có nhiều nguy cơ gia tăng hơn nữa.

Thật đáng buồn khi chính những người thương

yêu nhau nhất lại không thể hiểu và cảm thông được nhau. Đây chính là một trong những nguyên nhân thường gặp nhất đang đe dọa cuộc sống hạnh phúc của nhiều gia đình. Con cái nhiều khi trở thành những chiếc bóng đi về lặng lẽ, không dám bày tỏ bất cứ điều gì với cha mẹ, trong khi cha mẹ thì luôn bực dọc, cáu gắt vì không thấy được những điều mình mong muốn ở nơi con cái. Tâm trạng cô độc và cách biệt bao trùm cả bầu không khí gia đình, ngay cả khi mọi người vẫn cùng nhau chung sống dưới một mái nhà và gặp gỡ nhau mỗi ngày!

Vấn đề chỉ có thể được giải quyết khi chúng ta nhận biết và cố gắng vượt qua những khoảng cách tạo ra do sự khác biệt giữa hai thế hệ. Một khi các bậc cha mẹ nhận biết được rằng con cái không thể có những suy nghĩ, tình cảm và quan điểm sinh hoạt hoàn toàn giống như mình, họ sẽ biết lắng nghe với một thái độ cởi mở hơn, và do đó mà có thể hiểu được tâm tư, tình cảm của con cái. Ngược lại, khi con cái cũng nhận biết được những gì đang đè nặng trong tâm tư, tình cảm của cha mẹ, chúng sẽ biết được những gì nên làm để giảm bớt gánh nặng tinh thần cũng như vật chất cho cha mẹ. Bầu không khí gia đình nhờ đó sẽ trở nên cởi mở hơn, dễ cảm thông hơn, và khoảng cách giữa hai thế hệ sẽ có thể được rút ngắn dần đến mức tối thiểu.

Thật ra, việc đòi hỏi con cái có thể hoàn toàn hiểu và cảm thông được gánh nặng của các bậc cha mẹ cũng là điều hơi quá sức. Ca dao xưa có câu:

Lên non mới biết non cao,
Nuôi con mới biết công lao mẫu từ.

Dù vậy, kẻ chưa lên non cũng không thể nói là hoàn toàn không biết đến những khó khăn khổ nhọc của người leo núi. Dẫu chưa nuôi con cũng không thể không biết đến công lao khó nhọc đêm ngày của cha mẹ. Dù chưa thể cảm nhận được một cách hoàn toàn sâu sắc và đầy đủ như khi tự mình nuôi con, nhưng các bạn trẻ cũng cần phải biết một điều là: *Trên thế gian này, không có ai thương yêu và lo lắng cho chúng ta bằng cha mẹ.* Hiểu được điều đó rồi thì mọi khoảng cách đều sẽ có thể dễ dàng vượt qua, mọi sự bất đồng đều có thể được giải quyết một cách hài hòa, êm đẹp.

Râu tôm nấu với ruột bầu...

Kinh Thánh kể lại rằng khi đức Chúa sáng tạo ra loài người, ngài đã lấy xương sườn của người đàn ông để tạo ra người đàn bà và cho người đàn bà ấy làm vợ anh ta.[1]

Chuyện đã quá lâu nên chúng ta cũng khó lòng biết được là sự thật xưa kia đã diễn ra như thế nào. Tuy nhiên, điều làm tôi quan tâm nhiều nhất trong mẩu chuyện này lại chính là cách hiểu về mối quan

[1] Sáng thế 2:15-24 - Đức Chúa lấy bụi từ đất nặn ra con người...lấy cái xương sườn đã rút từ người ra, làm thành một người đàn bà...

hệ vợ chồng. Bất kể rằng người đàn bà có thật được làm từ xương sườn của người đàn ông hay không, thực tế là chúng ta chỉ có được một cuộc hôn nhân lý tưởng khi hai người thực sự trở thành một phần thân thể và tâm hồn của nhau. Nói cách khác, mỗi người đều phải cảm nhận được những buồn vui của người kia như của chính mình, cùng nhau chia sẻ tất cả những lo toan, bực dọc cho đến những hạnh phúc ngọt ngào trong cuộc sống. Chỉ có như vậy thì hôn nhân giữa hai người mới thực sự là nền tảng vững chắc cho tòa lâu đài hạnh phúc mà trong đó những đứa con sẽ ra đời và khôn lớn.

Vì thế, mỗi khi chứng kiến một cuộc hôn nhân đổ vỡ hay phải tồn tại trong đau khổ, tôi thường nói đùa rằng đó là một trường hợp nhận... lầm xương sườn người khác!

Đó là nói theo cách hoàn toàn biểu trưng, để chỉ rõ rằng hạnh phúc thực sự trong hôn nhân chỉ có thể đạt được với sự hòa hợp giữa hai người, hay nói theo cách khác là hai người "*tuy hai mà một*"! Nhưng xét cho cùng lý, nếu mỗi người chỉ có một cái "*xương sườn*" để đi tìm, thì rõ ràng việc "*nhận lầm*" của người khác cũng là điều thường xuyên phải xảy ra thôi. Hơn thế nữa, nếu không may cái "*xương sườn*" của tôi lại nằm đâu đó cách tôi vài trăm cây số hoặc ở tận bên kia bờ đại dương, thì biết làm sao mà "*ráp lại*"!

Trên đất nước hình cong chữ S này, ông bà ta xưa kia đã từng nói một cách hình tượng và hợp lý hơn về một cuộc hôn nhân lý tưởng. Hãy nghe câu ca dao này:

Râu tôm nấu với ruột bầu,
Chồng hòa vợ thuận gật đầu khen ngon.

Thế là đã quá rõ vấn đề. Chỉ cần được "*chồng hòa vợ thuận*" thì mọi khó khăn đều có thể vượt qua, mọi buồn vui đều có thể san sẻ, và mọi bất đồng cũng không còn là trở lực. Triết lý sống ở đây đơn giản và mộc mạc nhưng lại hết sức thiết thực và chí tình, chí lý, như được diễn đạt một lần nữa mạnh mẽ hơn qua câu tục ngữ: "*Thuận vợ thuận chồng, tát bể Đông cũng cạn.*"

Hiểu theo cách này thì chúng ta có thể yên tâm không còn sợ chuyện... nhận lầm "*xương sườn*" người khác. Và vấn đề hạnh phúc lứa đôi trong hôn nhân cũng không còn là chuyện "*duyên phận trời cho*", "*phải sao chịu vậy*"! Chìa khóa của vấn đề chính là nằm trong yếu tố "*chồng hòa vợ thuận*", mà điều đó thì không ai có thể mang đến cho chúng ta, chỉ có tự ta phải nỗ lực và khéo léo trong ứng xử mới có thể đạt đến mà thôi. Ở đây không có chỗ cho những biện bạch đúng sai, phải trái hay tốt xấu, hơn kém. Chỉ cần vợ chồng đồng thuận một lòng, "*phu xướng phụ tùy*" là đã có thể đủ để đảm bảo cho một cuộc sống gia đình hạnh phúc.

Người vợ hoặc chồng của bạn chắc chắn là người bạn đem lòng yêu thương nhiều nhất, nhưng không nhất thiết - và thường không thể là người có nhiều ưu điểm nhất, giỏi giang nhất hoặc xinh đẹp, đáng yêu nhất như ảo tưởng của không ít bạn trẻ khi vừa mới lập gia đình. Tâm lý tự nhiên khi đang yêu là bạn thường chỉ nhìn thấy toàn những... ưu điểm của người yêu. Nhưng một khi đã kết hôn, bạn không thể mong rằng ảo tưởng đó sẽ tiếp tục tồn tại. Người vợ hoặc chồng của bạn chắc chắn là có một số ưu điểm nhất định nào đó mà bạn đã chọn lựa, nhưng cũng chắc chắn là còn có rất nhiều người khác giỏi giang hơn, tuyệt vời hơn nữa... Chỉ có điều họ không phải là người bạn đã chọn! Và bạn không thể thất vọng khi nhận ra điều đó. Tương tự, mỗi con người đều có những khuyết điểm, ý trung nhân của bạn cũng không phải là ngoại lệ, vì thế anh ấy hoặc cô ấy cũng phải có những khuyết điểm, những tật xấu, ngay cả những khuyết điểm hay tật xấu mà trước đây bạn chưa từng nhận thấy. Bạn phải biết chấp nhận những điều đó thay vì là thở than, thất vọng. Vả lại, suy cho cùng thì bản thân bạn cũng không thể là người hoàn hảo, và cũng có không ít những khuyết điểm hay tật xấu mà trước đây anh ấy hoặc cô ấy chưa từng nhận biết. Chẳng thế mà ông bà xưa vẫn thường nói "*Nồi nào vung nấy*" đó sao?

Râu tôm là thứ mà các bà nội trợ vặt bỏ đi vì chẳng có mùi vị gì. Ruột bầu nói ở đây hẳn là thứ bầu già, hạt đã hơi cứng, nên khi nấu phải cắt bỏ ruột đi để tô canh không bị chua. Vì thế, râu tôm mà nấu với ruột bầu thì chắc chắn là đôi vợ chồng này đã chẳng có gì để ăn, phải nhặt lấy những thứ người ta bỏ đi để mang về dùng qua bữa. Nghèo khó đến thế nhưng họ vẫn giữ được sự hòa thuận với nhau, nên cho dù phải ăn bát canh nấu bằng những thứ bỏ đi mà vẫn cùng nhau vui vẻ "*gật đầu khen ngon*".

Hạnh phúc không đến từ bát canh "*râu tôm, ruột bầu*", mà đến từ sự hòa thuận của đôi vợ chồng ngay trong những hoàn cảnh khó khăn, cơ cực nhất. Nếu như họ đã có thể giữ được sự hòa thuận ngay cả trong những hoàn cảnh ấy, thì liệu còn nghịch cảnh nào có thể chia lìa được họ?

Để thấy rõ hơn giá trị của sự hòa thuận giữa vợ chồng với nhau, chúng ta hãy thử nhìn qua một vài số liệu thống kê thực tế về tình hình chung sống của những đôi uyên ương bên trời Tây, nơi mà nền văn minh khoa học và những thành tựu vật chất đang dẫn đầu toàn thế giới.

Tạp chí *New York Times* số ra ngày 19 tháng 4 năm 2005 công bố kết quả một cuộc nghiên cứu được các nhà khoa học Hoa Kỳ tiến hành kéo dài qua nhiều thập kỷ. Theo kết quả phân tích trong cuộc nghiên cứu này, tỷ lệ ly hôn tại Hoa Kỳ vào khoảng năm 1980 chiếm đến 41% trong tổng số các cặp vợ chồng đã chính thức kết hôn! Tỷ lệ này sau đó có giảm dần, và đến năm 2002 thì dừng ở mức khoảng 31%, nghĩa là cứ 3 cặp kết hôn thì gần như là có một cặp sẽ ly hôn! Những người thực hiện cuộc nghiên cứu cũng lưu ý một kết quả phân tích cho thấy là nếu tính riêng những cặp vợ chồng đều đã tốt nghiệp đại học thì tỷ lệ ly hôn vào khoảng năm 2002 là 20%, thấp hơn nhiều so với tỷ lệ chung. Cuộc nghiên cứu này cũng cho biết là có 60% những vụ ly hôn đã xảy ra trong khoảng 10 năm đầu sau khi kết hôn, và tỷ lệ này lên đến hơn 80% nếu thời gian quan sát là 20 năm. Điều này cũng có nghĩa là trong tất cả các vụ ly hôn, chỉ có chưa đến 20% đủ may mắn để cùng nhau chung sống được hơn 20 năm!

Những cô dâu còn quá trẻ có khuynh hướng sẽ ly hôn nhiều hơn. Kết quả nghiên cứu cho thấy trong số những cô gái kết hôn ngay khi vừa đủ tuổi, có đến 59% sẽ ly hôn trong vòng 15 năm sau đó. Với những người kết hôn ở độ tuổi chín chắn hơn, khoảng 25 trở lên, tỷ lệ ly hôn giảm thấp hơn rõ rệt.

Cũng may là tỷ lệ ly hôn ở nước ta nói riêng và ở châu Á nói chung chưa đến mức... khủng khiếp như thế! Điều này cũng hoàn toàn phù hợp với số liệu phân tích các vụ ly hôn tại Hoa Kỳ khi cho thấy những người da trắng có khuynh hướng ly hôn nhiều hơn, chiếm 27%, người Mỹ gốc Phi là 22%, và những người gốc châu Á chỉ chiếm 8%.

Tại Anh quốc, *Grant Thornton* đã tiến hành một cuộc nghiên cứu phân tích các nguyên nhân dẫn đến ly hôn trong 2 năm 2003 và 2004 với kết quả như sau: ly hôn do vợ hoặc chồng có quan hệ ngoại tình chiếm 29% trong năm 2003, giảm còn 27% trong năm 2004; ly hôn do những căng thẳng trong gia đình chiếm 11% trong năm 2003 nhưng tăng đến 18% trong năm 2004; ly hôn do những xúc phạm về thể chất hoặc tinh thần chiếm 10% trong năm 2003 nhưng tăng đến 17% trong năm 2004; và ly hôn do nghiện ngập, cờ bạc chiếm từ 5% đến 6%, tương đương với số vụ ly hôn do một trong hai người quá say mê công việc.

Về nguyên nhân ly hôn do có quan hệ tình dục với người thứ ba, cuộc nghiên cứu này cho thấy số vụ ngoại tình của nam giới chiếm từ 55% đến 75%; còn phụ nữ chỉ chiếm từ 25% đến 45%. Tuy nhiên, những nguyên nhân gây căng thẳng trong gia đình lại đến từ phụ nữ là 78%, so với nam giới chỉ chiếm 22%.

Cho đến gần đây, các nhà nghiên cứu vẫn tin rằng ảnh hưởng xấu của những vụ ly hôn đối với con cái chỉ là trong một thời gian ngắn. Tuy nhiên, với những quy mô nghiên cứu sâu rộng và lâu dài hơn, nhận xét này đến nay đã hoàn toàn thay đổi. Ảnh hưởng của những vụ ly hôn giữa cha mẹ có thể bộc lộ rất lâu sau đó, nhất là khi những đứa con của họ đến tuổi kết hôn. Các chuyên gia vẫn còn tranh cãi nhau khá nhiều về mức độ ảnh hưởng xấu của những vụ ly hôn đối với con cái khi chúng tự mình xây dựng một gia đình. Giáo sư *Mavis Hetherington* của trường Đại học *Virginia* ghi nhận một kết quả nghiên cứu được công bố vào năm 2000 cho thấy có 70% con cái của những gia đình ly hôn có khuynh hướng cho rằng ly hôn là giải pháp thỏa đáng cho những rắc rối trong hôn nhân, ngay cả khi đã có con cái. Đối với những cặp vợ chồng mà cha mẹ trước đây không ly hôn thì chỉ có 40% chấp nhận giải pháp này.

Không cần phải nói, chúng ta ai cũng có thể thấy

rằng mỗi một cuộc ly hôn để lại những hậu quả xấu như thế nào, về kinh tế gia đình, về sự nuôi dưỡng và giáo dục con cái, nhưng trên hết là hạnh phúc thực sự của những người trong cuộc. Có thể nói là một cuộc hôn nhân không trọn vẹn sẽ để lại những vết thương âm ỉ trong lòng mỗi người cho đến tận cuối đời, không dễ gì có thể hàn gắn được.

Chúng ta không phủ nhận là vẫn có những trường hợp mà ly hôn là giải pháp duy nhất để chọn lựa, khi hai vợ chồng hoàn toàn không hòa hợp nhau và liên tục xảy ra những xung đột, mâu thuẫn. Tuy nhiên, trong phần lớn các trường hợp thì vấn đề rất hiếm khi phát triển nghiêm trọng đến thế, nếu mỗi người đều sớm nhận ra và có những cách ứng xử thích hợp để bảo vệ hạnh phúc gia đình.

Một người vợ mẫu mực khi được hỏi về bí quyết giữ vững hạnh phúc gia đình trong hơn 50 năm qua đã trả lời một cách dí dỏm nhưng vô cùng sâu sắc: "*Có gì đâu. Đó là nhờ tôi và ông nhà tôi đều có học khiêu vũ, nên chúng tôi biết cách khiêu vũ cùng nhau. Khi một người bước tới thì người kia phải lùi, nhờ đó mà luôn có thể lui tới nhịp nhàng. Nếu cả hai cùng bước tới thì tất nhiên phải dẫm vào chân nhau, không thể cùng nhau khiêu vũ cho đến hết bản nhạc.*"

Tục ngữ Việt Nam ghi lại kinh nghiệm sống này một cách cụ thể như sau:

Chồng giận thì vợ bớt lời,
Cơm sôi bớt lửa một đời không khê!

Để ăn được bát canh "*râu tôm nấu với ruột bầu*" một cách ngon lành, thật cũng không dễ dàng gì. Tuy nhiên, những gì mà chúng ta nhận được trong cuộc sống gia đình hòa thuận chắc chắn là sẽ hết sức xứng đáng với công sức đã bỏ ra để đạt được điều đó!

Những tâm tình cô đơn

Con người sinh ra vốn dĩ đã phụ thuộc vào nhau. Không ai có thể tự mình tìm được một cuộc sống vui tươi hạnh phúc thực sự mà lại không nhờ đến những người chung quanh.

Những mối quan hệ phức tạp giữa người và người không phải có thể dễ dàng hiểu hết được. Từ quan hệ thân thiết cùng huyết thống như anh chị em trong gia đình, cho đến bà con thân tộc, mở rộng ra bên ngoài xã hội là bạn bè trong nhiều quan hệ khác nhau. Tuy nhiên, cũng không thể lấy yếu tố huyết thống mà hoàn toàn phân biệt chỗ thân sơ. Có những người bạn chí cốt, bạn tri âm mà sự thân thiết cũng không kém gì anh em ruột thịt.

Mỗi một mối quan hệ như thế đều có những yêu cầu giao tiếp, ứng xử khác nhau để đạt được sự hòa hợp và gìn giữ cho được lâu bền, thân mật. Nếu không được như vậy, nghĩa là không có được những mối quan hệ thân mật và bền vững quanh ta, chúng ta chắc chắn sẽ rơi vào tâm trạng lẻ loi, cô độc, cho dù quanh ta vẫn luôn có nhiều người vây quanh. Bởi vì tất cả những con người ấy lại chẳng có ai để ta có thể cùng sẻ chia những buồn vui, được mất trong đời.

Ý nghĩa thực sự của một cuộc sống hạnh phúc luôn nằm ở chính những gì mà bạn đang cảm nhận trong từng giây phút hiện tại, và hoàn toàn không nằm ở những mục tiêu tinh thần hay vật chất mà bạn đang theo đuổi. Cho dù những mục tiêu ấy có lớn lao, cao cả đến đâu đi chăng nữa, chúng vẫn luôn là một cái bóng ở phía trước mà không phải là những gì bạn thật có.

Và nếu xét đến tâm trạng trong hiện tại của chúng ta, thì điều rõ ràng là những mối quan hệ hòa hợp quanh ta luôn đóng vai trò quan trọng nhất. Bạn không thể có được một tâm trạng vui tươi thanh thản nếu bạn đang có những vướng mắc trong quan hệ với những người quanh mình. Cho dù đó chỉ là xích mích, bất hòa nho nhỏ hay mâu thuẫn, căng thẳng gay gắt vì có những bất đồng không thể vượt qua, tất cả đều sẽ góp phần ngăn cản bạn đạt được những niềm vui trọn vẹn trong đời sống. Và hơn thế nữa, mọi sự vướng mắc trong quan hệ tình cảm nếu không được giải quyết thỏa đáng đều sẽ có nguy cơ dẫn đến sự đổ vỡ, chấm dứt. Và mỗi một quan hệ chấm dứt đều là dấu hiệu cho thấy bạn đang đến gần bờ vực của sự cô đơn.

Mặc dù sống cô độc là điều không ai mong muốn, nhưng để tạo ra và duy trì những mối quan hệ tình cảm quanh mình lại không phải là việc bao giờ cũng dễ dàng. Rất nhiều người trong chúng ta đã vô tình hay cố ý đánh mất đi những cơ hội quý giá để bảo vệ quan hệ tình cảm trong cuộc sống, và rồi phải đến một thời điểm muộn màng về sau mới nhận ra được rằng đó là điều sai lầm rất lớn. Cũng chính vì thế mà hầu hết trong chúng ta không ai là chưa từng nếm trải cảm giác cô đơn ở từng mức độ khác nhau. Có những nỗi cô đơn chỉ thỉnh thoảng tìm đến, lại có những nỗi cô đơn đeo đuổi ta trong một thời gian dài, thậm chí có thể là suốt đời. Nhưng thật ra thì những điều đó không mang ý nghĩa số phận như nhiều người vẫn tưởng. Đó chỉ là những kết quả rất cụ thể phản ánh cung cách giao tiếp và ứng xử của chúng ta trong cuộc sống mà thôi.

Thật ra, tâm trạng cô đơn chính là hệ quả của trạng thái không đạt được sự hòa hợp với người khác. Khi chúng ta không hòa hợp được với những người mà ta giao tiếp, ta cảm thấy cô đơn giữa xã hội; khi ta không đạt được sự hòa hợp với hết thảy bạn bè, ta cảm thấy cô đơn trong tình bạn; khi ta không đạt được sự hòa hợp với những người trong gia đình, ta cảm thấy cô đơn ngay chính trong môi trường gia đình; và khi ta không đạt được sự hòa hợp với người yêu hoặc với người bạn đời của mình, ta cảm thấy cô đơn trong tình yêu... Mọi thứ có thể không có gì thay đổi, nhưng chỉ cần ta thay đổi được khả năng tiếp xúc, hòa hợp của mình với người khác, chúng ta sẽ có thể cảm nhận được ngay rằng tâm trạng cô đơn không còn nữa.

Để có thể hòa hợp với người khác, chúng ta không thể không lưu ý đến yếu tố tâm lý của từng con người khác nhau. Và bởi vì bản chất tâm lý của con người luôn hết sức phức tạp, nên chúng ta không thể đánh giá mọi sự việc qua dáng vẻ bên ngoài hoặc qua các yếu tố vật chất. Cho dù tình đời vẫn rất thường có khuynh hướng "*Bần cư náo thị vô nhân vấn, phú tại thâm sơn hữu khách lai*",[1] nhưng đó chỉ là nói đến những quan hệ hời hợt mang tính trục lợi, không phải là những mối quan hệ tình cảm chân thật. Trong quan hệ tình cảm chân thật, nếu bạn quá đặt nặng yếu tố vật chất sẽ rất dễ có nguy cơ xúc phạm đến lòng tự trọng của người khác.

Nhưng ngược lại, nếu không thông qua những biểu hiện cụ thể bằng vật chất, bạn cũng khó nói lên được tình ý sâu xa của mình. Mặc dù không phải yếu tố chính, nhưng vật chất bao giờ cũng là cầu nối cụ thể để những suy nghĩ, tình cảm của bạn được thể hiện ra bên ngoài. Hơn thế nữa, chính điều kiện vật chất mới có thể giúp đỡ một cách cụ thể trong những trường hợp người thân của chúng ta đang gặp khó khăn. Vì thế, chọn lựa một cách biểu hiện như thế nào luôn là yếu tố rất quan trọng để tạo ra hình ảnh của bạn trong lòng người khác.

Trong thực tế, sự chân thành và khéo léo trong ứng xử thường giữ vai trò quan trọng hơn so với những giá trị vật chất. Chính sự chân thành trong

---

[1] Bần cư náo thị ... ... hữu khách lai: Người nghèo khó ở giữa chợ đông cũng không ai thăm hỏi, còn người giàu có thì dù ở trong núi sâu cũng có người tìm đến.

giao tiếp sẽ luôn giúp ta nhận biết được phương thức ứng xử thích hợp trong từng trường hợp, và sự khéo léo trong giao tiếp chính là cách thể hiện những phương thức ấy sao cho đạt được hiệu quả giao tiếp tốt, nghĩa là có thể giúp chúng ta biết cách sử dụng yếu tố vật chất một cách thích hợp nhất và qua đó có thể đạt đến sự hòa hợp.

Mặt khác, bất chấp sự đa dạng và phức tạp của những mối quan hệ tình cảm khác nhau, việc duy trì và phát triển các mối quan hệ tình cảm trong cuộc sống luôn có một điểm khởi đầu rất chung, đó là yếu tố tâm lý chung hay bản chất của mọi con người. Từ thuở xa xưa, Khổng Tử đã mô tả điều này qua một câu nói nổi tiếng đến tận ngày nay: "*Điều mình không muốn thì đừng làm cho người khác.*"[1] Bởi vì có những điều "*không muốn*" rất chung giữa tất cả mọi con người, nên chúng ta có thể suy diễn từ cảm nhận của mình để biết được cảm nhận của người khác, như tục ngữ ta có câu: "*Suy bụng ta ra bụng người.*" Tất nhiên là điều này chỉ đúng trong trường hợp ta đang xét đến những "*cái chung*" giữa tất cả mọi người, mà không phải là những cảm nhận mang tính cá biệt. Kệ số 129 trong kinh Pháp Cú nói lên những ý nghĩa minh họa cho điều này:

一切懼刀杖，
一切皆畏死，
以自度他情，
莫殺教他殺。

[1] Kỷ sở bất dục, vật thi ư nhân. (己所不欲勿施於人。)

Nhất thiết cụ đao trượng,
Nhất thiết giai úy tử,
Dĩ tự đạc tha tình,
Mạc sát giáo tha sát.

Mọi người sợ dao gậy,
Mọi người đều sợ chết,
Do mình hiểu được người,
Không giết, không bảo giết.

Đây chỉ nói đến những "*cái chung*" trong việc tham sống sợ chết, "*không muốn*" phải chịu đựng sự đánh đập, hành hạ... Tương tự như vậy, chúng ta cũng có thể suy luận để biết thêm nhiều "*cái chung*" khác giữa bản thân ta và người khác, những điều mà bất cứ ai cũng đều "*không muốn*"!

Chỉ cần không có ai làm bất cứ điều gì gây tổn hại đến người khác thì chắc chắn cuộc sống này đã tốt đẹp hơn rất nhiều rồi, huống hồ mỗi người chúng ta còn có thể lưu tâm giúp đỡ người khác, chia sẻ những buồn vui trong cuộc sống thì hạnh phúc tất nhiên sẽ không còn là một mục tiêu xa vời nữa. Tr một môi trường như vậy, chúng ta chắc chắn sẽ dễ dàng tìm được sự hòa hợp với mọi người quanh ta, và do đó sẽ mãi mãi thoát khỏi tâm trạng lẻ loi, cô độc trong cuộc sống.

Trong những phần tiếp theo của tập sách này, chúng ta sẽ thử tìm hiểu qua về một số những khuôn vàng thước ngọc trong giao tiếp ứng xử. Điều cần lưu ý ở đây là, những điều này hoàn toàn không dựa trên những kết quả nghiên cứu khoa học hiện đại - cho dù là rất phù hợp với những hiểu biết khoa học hiện nay - mà là dựa trên những lời dạy của đức Phật từ cách đây hơn 25 thế kỷ, được ghi chép lại trong rất nhiều kinh điển với những tên gọi quen thuộc được nhiều người biết đến là *Lục hòa kính* và *Tứ nhiếp pháp*. Chúng ta sẽ lần lượt xem xét qua việc vận dụng những nguyên tắc này trong cuộc sống.

Lục hòa kính là gì?

Sau khi đức Phật thành đạo, ngài bắt đầu công cuộc giáo hóa khắp nơi, đem những hiểu biết thiết thực về một đời sống giải thoát - an vui và hạnh phúc - để truyền dạy cho tất cả mọi người. Rất nhiều người sau khi nhận hiểu được những điều ngài truyền dạy đã quyết định rời bỏ đời sống thế tục để có thể chuyên tâm thực hành một cuộc sống an lạc, gọi là xuất gia. Những người xuất gia cùng nhau chung sống để hỗ trợ cho nhau trong việc tu tập và tạo thành Tăng đoàn đầu tiên trên trái đất này.

Nhưng các vị tăng sĩ xuất gia xét cho cùng cũng chỉ là những người vừa buông bỏ cuộc sống thế tục. Cho dù có quyết tâm sống một cuộc đời đạo hạnh, nhưng họ cũng không thể chỉ trong một sớm một chiều dứt trừ được hết những thói hư tật xấu vốn có đã lâu đời. Vì thế, điều chắc chắn là họ cũng mang theo vào Tăng đoàn ít nhiều những tập quán cũ.

Trong thời gian tu tập, khi chưa hoàn toàn đạt được sự giải thoát, những thói hư tật xấu của mỗi người chắc chắn sẽ tạo ra những va chạm, mâu thuẫn không thể tránh khỏi trong tập thể Tăng đoàn.

Đức Phật hoàn toàn thấu hiểu được thực tế đó, và ngài cũng chưa bao giờ đòi hỏi các vị xuất gia phải ngay lập tức chứng đắc thánh quả hay đạt được sự giải thoát rốt ráo. Vì thế, ngài đã chỉ dạy những phương pháp để duy trì đời sống hòa hợp trong Tăng đoàn, tạo điều kiện trước hết cho nếp sống giải thoát. Chính các phương pháp này là khuôn vàng thước ngọc cho tất cả những người xuất gia vào thời đức Phật cũng như sau này, giúp tạo ra sự thương yêu hòa hợp trong tập thể tăng chúng, cho dù là ở bất cứ nơi đâu.

Những phương pháp này được nhiều kinh điển ghi chép lại thành một hệ thống cụ thể gọi là *Lục hòa kính* (六和敬), nghĩa là sáu phương pháp *hòa thuận và tôn kính* lẫn nhau. Tất cả những người xuất gia đều phải ghi nhớ và thực hiện đúng theo sáu phương pháp mang tính nguyên tắc này, và điều đó sẽ đảm bảo cho cuộc sống chung trong tập thể Tăng đoàn luôn duy trì được sự hòa thuận và tôn kính lẫn nhau.

Theo sách *Tổ đình sự uyển* (祖庭事苑), quyển 5, *Lục hòa kính* được liệt kê tên gọi và ý nghĩa căn bản như sau:

Thứ nhất là *thân hòa, cộng trú* (身和，共住), nghĩa là *thân hòa hợp, cùng nhau chung sống.*

Nguyên tắc này nhấn mạnh sự tương đồng giữa mọi người trong cùng một tập thể, và chỉ có thể đạt được sự hòa hợp cho đời sống thông qua việc *cùng nhau chung sống*. Nói cách khác, nếu chúng ta tránh né những người khác như một biện pháp để giải quyết những bất đồng thì thực ra là bất đồng ấy vẫn chưa được giải quyết. Chỉ khi nào chúng ta mạnh dạn đối mặt với những bất đồng và cùng nhau tìm cách vượt qua được nó thì sự hòa hợp mới thực sự được đạt đến. Khi tuân theo nguyên tắc này, mọi người trong cùng một tập thể sẽ cùng nhau chung sống, luôn quan tâm giúp đỡ lẫn nhau,[1] cùng nhau khắc phục mọi nhược điểm, cùng nhau vượt qua mọi khó khăn trong cuộc sống. Mỗi người đều biết tôn trọng tập thể, trong đó có cả bản thân mình và người khác, vì thế mà mọi mục tiêu nhắm đến đều là vì tập thể chứ không còn là của riêng ai.

Thứ hai là *khẩu hòa, vô tranh* (口和，無諍), nghĩa là *lời nói hòa hợp, không tranh cãi*. Nguyên tắc này nêu bật sức mạnh của lời nói trong việc giữ gìn sự hòa hợp giữa mọi người. Như tục ngữ có câu:

Lời nói chẳng mất tiền mua,
Lựa lời mà nói cho vừa lòng nhau.

Lựa lời mà nói hoàn toàn không có nghĩa là nói sai lệch sự thật hay thiếu sự trung thực, thẳng thắn, mà có nghĩa là phải cố gắng chọn lựa một *cách diễn đạt vấn đề* sao cho không gây tổn thương đến người

[1] Sinh hoạt thượng hỗ tương chiếu cố (生活上互相照顧): Trong cuộc sống luôn quan tâm hỗ trợ lẫn nhau.

khác một cách không cần thiết. *Lựa lời mà nói* cũng có nghĩa là biết im lặng đúng lúc để không nói ra những lời vô bổ nhưng có thể gây tổn thương hoặc khó chịu cho người khác. Ngoài ra, *lựa lời mà nói* còn có nghĩa là luôn cố gắng nói ra những lời khuyến khích điều lành, ngăn giữ điều ác.[1] Việc thực hiện theo nguyên tắc này có nghĩa là phải biết thận trọng trong sử dụng lời nói, trong chừng mực có thể được phải luôn chọn lựa những cách diễn đạt hòa nhã, êm dịu thay vì là căng thẳng, xúc phạm. Và trên hết là phải tránh hẳn sự tranh cãi. Ở đây cần phân biệt rõ là *sự tranh luận* để làm rõ vấn đề hoàn toàn khác biệt với *sự tranh cãi* vốn chỉ nhằm chứng minh cho sự đúng đắn của bản thân mình.

Thứ ba là *ý hòa, đồng sự* (意和，同事), nghĩa là *tâm ý hòa hợp, cùng nhau làm việc, cùng nhau phục vụ*. Nguyên tắc này nhấn mạnh tính chất quyết định của tâm ý như là yếu tố tiên quyết của mọi việc làm, như trong kệ số 1 của kinh Pháp Cú dạy rằng:

Ý dẫn đầu các pháp,
Ý làm chủ, ý tạo.
Nếu với ý ô nhiễm,
Nói lên hay hành động,
Khổ não bước theo sau,
Như xe, chân vật kéo.

Vì thế, trước hết phải có sự hòa hợp tâm ý thì sau

---

[1] Ngôn ngữ thượng hỗ tương khuyến thiện chỉ ác (言語上互相勸善止過): Trong lời nói luôn giúp nhau khuyến khích điều lành, chấm dứt điều ác.

đó mới có thể cùng nhau làm việc, cùng nhau phục vụ trong sự hòa hợp. Khi thực hiện theo nguyên tắc này, mọi người trong một tập thể phải có được sự "*đồng lòng nhất trí*", luôn hướng đến những chuẩn mực chung cũng như một lý tưởng chung, và trên cơ sở đó mà cùng nhau thực hiện mọi công việc, phụng sự lẫn nhau.

Thứ tư là *giới hòa, đồng tu* (戒和，同修), nghĩa là *hòa hợp trong sự giữ giới, cùng nhau tu tập.* Nguyên tắc này nhấn mạnh sự tương đồng giữa mọi người trong việc giữ theo giới luật, nghĩa là những khuôn thước chung của những người đã sống cuộc sống xuất gia. Dựa trên nền tảng của giới luật, mọi người có thể cùng nhau tu tập, cùng hướng đến một đời sống tốt đẹp hơn, an lạc hơn nhờ vào những nỗ lực tu tập của chính mình. Mỗi người có thể vẫn còn những bất đồng với người khác, nhưng một khi đã quyết định bước vào Tăng đoàn thì điểm chung là giới luật, không ai có thể khác biệt về điểm này. Vì thế, mọi người đều phải cùng nhau thực hiện theo đúng với giới luật trong suốt quá trình tu tập.[1]

Thứ năm là *kiến hòa, đồng giải* (見和，同解), nghĩa là chỗ *thấy biết hòa hợp nhau, cùng nhau hiểu rõ* để cùng tu học.[2] Nguyên tắc này nhấn mạnh sự chia sẻ kiến thức, hỗ trợ lẫn nhau để cùng tiến bộ

---

[1] Tuân thủ cộng đồng đích giới luật (遵守共同的戒律): Cùng vâng giữ theo đúng như giới luật.

[2] Kiến giải nhất trí địa cộng đồng tu học (見解一致地共同修學): Chỗ thấy biết đều cùng nhau tu học.

trong sự tu tập, không phân biệt hay nhắm đến sự hơn kém lẫn nhau.

Thứ sáu là *lợi hòa, đồng quân* (利和，同均), nghĩa là hòa hợp trong chỗ lợi lạc, cùng chia đều cho nhau, cùng xem nhau bình đẳng không phân biệt hơn kém.[1] Nguyên tắc này nhấn mạnh sự chia sẻ đồng đều những giá trị vật chất trong cuộc sống tập thể, không phân biệt là của người này hoặc của người khác. Đây chính là điều kiện rất quan trọng để đảm bảo tính hòa hợp của một tập thể, bởi vì khi thực hiện theo nguyên tắc này thì mọi người đều không còn phân biệt giữa quyền lợi cá nhân và quyền lợi tập thể, đều xem rằng mọi giá trị vật chất có được đều là của tập thể mọi người và phải được chia đều cho tất cả một cách bình đẳng không phân biệt.

Theo đúng như tên gọi, sáu nguyên tắc của *Lục hòa kính* lấy sự *hòa hợp và kính trọng lẫn nhau* làm căn bản. Điều này có nghĩa là hoàn toàn không có sự phân biệt vai vế thấp cao, không phân biệt sự khôn ngoan lanh lợi hay ngu si chậm lụt. Đây chính là sự khác biệt lớn nhất so với cung cách ứng xử mà chúng ta thường gặp trong cuộc sống, vốn luôn tùy thuộc vào sự khác biệt giữa các đối tượng để đưa ra những cách ứng xử khác nhau.

Một vị quan đến hiệu may nổi tiếng kia để đặt may một chiếc áo dài. Chủ hiệu hỏi: "*Ngài làm quan bao lâu rồi?*" Khi vị quan ra về, một người học việc

[1] Bình đẳng thọ dụng hợp pháp đích tài vật (平等受用合法的財物): Nhận lãnh những món tiền bạc, vật chất được cúng dường đúng pháp một cách bình đẳng như nhau.

trong hiệu may liền hỏi ông chủ hiệu: "*Thưa ông, chỉ là may một chiếc áo dài, vì sao phải hỏi đến việc làm quan đã bao lâu?*" Chủ hiệu cười đáp: "*Vì cách may phải khác nhau. Người mới làm quan thì phải may vạt trước hơi dài, vạt sau ngắn; còn người làm quan đã lâu thì ngược lại.*"

Câu chuyện mang ý nghĩa hài hước, châm biếm tính kiêu căng, khinh mạn của người mới làm quan cũng như tính lòn cúi, bợ đỡ của những kẻ sống lâu trong quan trường. Mặc dù vậy, nó cũng nói lên được cả tính chất xu phụ, phân biệt đối xử của hầu hết người đời. Tùy theo lúc "*lên voi*" hay "*xuống chó*" mà có những cung cách đối xử khác nhau với người khác, cũng như tùy thuộc vào đối tượng của mình thuộc tầng lớp nào, vai vế ra sao để có những cách ứng xử khác nhau.

Sự khác biệt trong cách ứng xử theo nguyên tắc *Lục hòa kính* lại không phải như vậy, không phải tùy thuộc vào vai vế khác nhau trong xã hội, cũng không tùy thuộc vào vai vế của bản thân mình cao hay thấp, mà chỉ hoàn toàn là tùy thuộc vào tính cách riêng của mỗi người mà thôi. Chẳng hạn, đối với người thích nói ngắn gọn thì nên nói ngắn gọn, đối với người thích bộc lộ tình cảm thì bộc lộ tình cảm, cũng như đối với người thâm trầm kín đáo thì tránh không khoa trương ầm ĩ...

Vì tất cả mọi người đều hướng đến sự hòa hợp và tôn kính lẫn nhau, nên sự tiếp xúc luôn được cởi mở, thân thiện mà không buông tuồng thái quá.

Từ hơn 25 thế kỷ qua, *Lục hòa kính* vẫn luôn là khuôn thước của người xuất gia, giúp cho đời sống trong Tăng đoàn luôn duy trì được sự hòa hợp, an vui. Nhưng không chỉ là như thế, nếu chúng ta biết vận dụng *Lục hòa kính* một cách thích hợp vào đời sống thường ngày, chắc chắn cũng sẽ đạt được sự hòa hợp với tất cả mọi người quanh ta.

Quanh ta là những con người...

Thử tưởng tượng có một ngày nào đó bạn trôi dạt đến một đảo hoang hoàn toàn không có bóng người. Điều gì sẽ là khủng khiếp nhất đối với bạn vào lúc ấy? Không tiện nghi đời sống? Thiếu ăn? Thiếu mặc? Không phương tiện giao thông liên lạc?...

Thật ra, tất cả mọi thứ trong cuộc sống thường ngày của chúng ta khi thiếu vắng đi đều sẽ làm cho ta cảm thấy khó khăn, bất ổn. Nhưng mọi khó khăn, bất ổn đều sẽ qua đi sau một thời gian, khi ta thích nghi được với hoàn cảnh mới. Chỉ có một điều duy nhất mà chúng ta sẽ không bao giờ thích nghi được, đó là sự thiếu vắng của những con người quanh ta. Vì thế, điều khủng khiếp nhất trong hoàn cảnh giả định của chúng ta chính là sự cô độc, không còn có bất cứ ai quanh mình!

Chúng ta sinh ra đời vốn dĩ đã luôn tồn tại theo cách phụ thuộc lẫn nhau. Không chỉ là vì những nhu cầu vật chất của mỗi người luôn được đáp ứng nhờ có những người khác, mà còn có một điều quan trọng hơn nữa là sự nuôi dưỡng và phát triển đời sống tinh thần. Mọi nhu cầu vật chất của chúng ta, nếu trong hoàn cảnh khó khăn bắt buộc vẫn có thể sẽ tự mình giải quyết được. Câu chuyện *Robinson* lạc trên hoang đảo tuy chỉ là hư cấu nhưng có thể nói lên ý nghĩa này: khả năng con người khi rơi vào hoàn cảnh cô độc vẫn có thể tự mình tồn tại.

Nhưng với sự phát triển tinh thần thì không như thế. Khi không có điều kiện tiếp xúc cùng người khác, chúng ta sẽ hoàn toàn không thể rèn luyện để phát triển nội tâm của chính mình. Ngay cả các bậc ẩn cư xưa kia cũng chỉ là chọn một giai đoạn thích hợp nhất định nào đó để sống cô độc, nhưng họ vẫn phải có phần lớn thời gian trong cuộc đời sống chung cùng người khác!

Mỗi người chúng ta đều mang trong lòng rất nhiều thói hư, tật xấu, những tâm niệm chẳng lành như tham lam, sân hận... Điều kiện để chúng ta dứt trừ những thói hư, tật xấu, những tâm niệm chẳng lành... lại chính là sự tiếp xúc cùng người khác. Khi bạn tránh né mọi người để sống một cách cô độc, bạn có thể tưởng chừng như mọi thói xấu đều biến mất. Không còn tham lam, sân hận, ghen ghét, đố kỵ... Nhưng thật ra thì tất cả chỉ là đang ngủ yên, chờ ngày thức giấc: chúng hoàn toàn không bị diệt mất.

Chỉ khi nào bạn có thể ngay trong điều kiện giao tiếp với mọi người chung quanh mà nhận ra và trừ bỏ dần được những thói hư tật xấu, những tâm niệm chẳng lành... thì đó mới thực sự là sự trưởng thành, phát triển nội tâm theo chiều hướng thiện.

Khả năng lớn nhất của con người xét cho cùng chính là khả năng giao tiếp cùng người khác, bởi vì chính qua khả năng này mà chúng ta có thể học hỏi được những điều chưa biết cũng như rèn luyện bản thân để đạt đến sự trưởng thành và hoàn thiện. Nếu không phát triển được khả năng giao tiếp hoặc không có điều kiện giao tiếp, cho dù bạn có sống đến trăm tuổi hay lâu hơn thế nữa cũng chẳng có sự trưởng thành!

Cùng chung sống với con người chúng ta trên hành tinh này có đến hơn 2 triệu loài động vật khác nhau đã được biết đến, nhưng theo những phân tích khoa học hiện nay thì khả năng giao tiếp với đồng loại của con người vẫn là cao nhất, thông qua bản năng tự nhiên cũng như thông qua những ngôn ngữ do chính con người sáng tạo. Chúng ta không chỉ có thể giao tiếp với những con người đồng thời, mà còn có khả năng tìm hiểu những thế hệ đã qua, truyền lại tri thức của mình cho những thế hệ sắp đến, bằng vào phương tiện ghi chép cũng như rất nhiều phương tiện khác như hội họa, âm nhạc, phim ảnh, băng ghi âm, ghi hình... Chính khả năng giao tiếp với những con người quanh ta là điều kiện quan trọng nhất giúp con người có thể đứng đầu trong muôn loài, kiểm soát và chi phối được đời sống của hết thảy mọi sinh vật khác trên hành tinh này.

Vì thế, chúng ta nên biết rằng được sống giữa

những con người quanh ta là điều hết sức may mắn. Hơn thế nữa, mỗi một con người mà ta có cơ hội để làm quen đều là món quà vô cùng quý giá mà cuộc sống đã trao tặng cho ta, cần phải hết sức trân trọng. Trên hành tinh này hiện có hơn 6 tỷ rưỡi con người, những người quen biết của bạn liệu chiếm được bao nhiêu phần trong đó?

Hơn thế nữa, mỗi một tập thể mà chúng ta được tham gia cũng đều là nhờ vào những duyên may ít có, vì thông qua đó mà chúng ta mới có thể học hỏi để thực sự trưởng thành. Nếu chúng ta hiểu được điều này, môi trường sống và làm việc chung với những người khác sẽ trở nên dễ dàng và có nhiều thú vị hơn, thay vì khô khan và đầy những thử thách hoặc bất đồng. Sở dĩ như vậy là vì mọi việc sẽ luôn được chúng ta nhìn từ một góc độ tích cực xây dựng, loại trừ được tâm trạng bực dọc, bất mãn vốn luôn làm cho mọi việc trở nên tồi tệ hơn.

Những người quanh ta bao giờ cũng là những tấm gương phản chiếu giúp ta soi rọi được nội tâm của chính mình theo nhiều cách khác nhau.

Trước hết, vì bản thân ta cũng là một con người, nên qua việc nhận biết những biểu hiện của người khác chúng ta cũng nhận biết được chính bản thân mình. Chẳng hạn, thật khó khăn để chúng ta có thể quan sát được biểu hiện giận dữ của chính bản thân mình, vì mỗi khi nổi giận thì hầu như ta không thể có đủ bình tĩnh và sáng suốt để làm được điều đó. Tuy nhiên, ta hoàn toàn có thể quan sát cơn giận của một người khác biểu lộ ra như thế nào và qua đó hiểu được cơn giận của chính bản thân mình. Tương tự như vậy, chúng ta có thể hiểu được những tình cảm yêu, ghét, giận, hờn, buồn, vui... được biểu lộ ra bên ngoài như thế nào, nhờ vào sự tiếp xúc, quan sát người khác.

Ngoài ra, việc giao tiếp với người khác giúp chúng ta có thể hiểu được chính bản thân mình thông qua những phản ứng của người khác. Vì phản ứng của người khác đối với ta như thế nào đều là do cung cách ứng xử của ta đối với họ, nên chúng ta có thể thông qua những phản ứng của người khác mà hiểu được bản thân mình như thế nào. Chỉ cần ta có thể sáng suốt và khách quan nhận định, thì mỗi một biểu hiện của người khác trong giao tiếp với ta đều có thể xem là sự phản ánh, là thước đo để đánh giá cung cách ứng xử của ta.

Mặt khác, có thể nói là hết thảy mọi tình cảm buồn, vui, mừng, giận... của chúng ta đều gắn bó với những người quanh ta. Họ không chỉ là đối tượng của những tình cảm đó, mà còn là điều kiện để phát sinh và nuôi dưỡng chúng. Hiểu được điều này thì có thể biết là hết thảy mọi quá trình tu dưỡng đều không thể thực hiện được nếu không có những con người quanh ta. Không có người khác là đối tượng thì chúng ta không thể nuôi dưỡng những tình cảm tốt đẹp, không thể trừ bỏ những cảm xúc tiêu cực, cũng như hoàn toàn không thể đạt đến một đời sống an vui, hạnh phúc.

Chính trong ý nghĩa này mà Phật giáo Đại thừa luôn nêu cao ý nghĩa "*hòa quang đồng trần*", không chấp nhận sự trốn tránh những phiền não, khổ đau trong đời sống, mà phải đối mặt để vượt qua ngay chính trong cuộc sống trần tục với những con người quanh ta. Vì thế mà hình tượng các vị Bồ Tát trong Phật giáo Đại thừa bao giờ cũng gần gũi với con người phàm tục, thậm chí có vị còn phát nguyện xả thân vào nơi địa ngục để cứu vớt hết thảy mọi chúng sinh trong đó. Kinh *Duy-ma-cật* nói: "*Phiền não thị đạo trường*" (煩惱是道場) cũng không ngoài ý nghĩa này.

Cuộc sống trần tục với tất cả những con người và vô số thói hư tật xấu quanh ta chính là môi trường tôi luyện, là điều kiện tất yếu để chúng ta đạt đến một đời sống an vui hạnh phúc chân thật. Lìa khỏi những con người quanh ta, sẽ không có bất cứ đức tính nào có thể trau dồi, không có bất cứ hạnh phúc nào có thể đạt đến.

Vì thế, đời sống an vui hạnh phúc chỉ có thể đạt đến khi chúng ta biết sống vui hòa hợp với những con người quanh ta, mà không phải là sự tránh né những gì xấu xa để chạy theo những gì được gọi là thánh thiện, cao quý. Bởi vì ngay trong mỗi con người chúng ta đều đã sẵn có hết thảy mọi hạt giống tốt cũng như xấu, mà điều kiện để nuôi dưỡng hay trừ bỏ những hạt giống ấy lại chính là môi trường giao tiếp với những con người quanh ta.

Xuất phát từ những ý nghĩa này mà đời sống

hạnh phúc chính là phải bắt đầu từ việc sống hòa hợp với mọi người quanh ta. Đây không phải là việc dễ dàng, nhưng lại là việc hoàn toàn có thể làm được. Hầu hết chúng ta sở dĩ không làm được điều này chẳng qua chỉ là vì chúng ta không thực sự hiểu hết được ý nghĩa của nó mà thôi. Một khi đã nhận hiểu được tầm quan trọng của việc "*sống chung*" cùng người khác, chắc chắn chúng ta sẽ có thể học được cách sống hòa hợp.

Khi Tôn giả *Phú-lâu-na* (Pūrṇa), một trong 10 vị đại đệ tử của Phật, xin đến xứ *Du-na* để giáo hóa, đức Phật hỏi: "*Dân chúng nơi đó tánh tình hung bạo, chưa từng nghe biết đến đạo pháp. Ông không sợ nguy hiểm hay sao?*"

Tôn giả đáp: "*Bạch Thế Tôn! Ánh sáng Phật pháp cần được soi rọi khắp nơi, như vậy mới có thể chuyển hóa được sự mê muội, tà ác. Dù nguy hiểm đến đâu con cũng xin được đến đó truyền bá Phật pháp.*"

Đức Phật hỏi: "*Khi ông đến đó, nếu người dân ở đó mắng chửi ông thì sao?*"

Tôn giả Phú-lâu-na đáp: "*Con cho rằng như thế là tâm địa của họ vẫn còn tốt, vì họ chỉ mắng chửi mà không đánh đập con.*"

Đức Phật lại hỏi: "*Nếu như họ lại đánh đập ông thì sao?*"

Tôn giả đáp: "*Con cho rằng như thế là tâm địa của họ vẫn còn tốt, vì họ chỉ đánh đập mà không đâm chém con.*"

Đức Phật hỏi: "*Nếu như họ lại đâm chém ông thì sao?*"

Tôn giả đáp: "*Con cho rằng như thế là tâm địa của họ vẫn còn tốt, vì họ chỉ đâm chém mà không giết chết con.*"

Đức Phật lại hỏi: "*Nếu như họ lại giết chết ông thì sao?*"

Tôn giả thưa: "*Bạch Thế Tôn! Con sẽ rất biết ơn vì họ đã giải thoát cho con khỏi xác thân ô trược này.*"

Qua những câu trả lời của Tôn giả *Phú-lâu-na*, đức Phật rất hài lòng và đồng ý cho Tôn giả đến giáo hóa tại xứ *Du-na*. Quả nhiên, mặc dù gặp phải không ít khó khăn trong bước đầu truyền bá Phật pháp, nhưng với tâm hạnh từ bi, nhẫn nhục và vị tha, Tôn giả đã thành tựu công việc hoằng pháp một cách nhanh chóng. Trong khoảng thời gian chưa được một năm, xứ này đã có đến 50 ngôi chùa và khoảng 500 người xuất gia theo Phật, gia nhập Tăng đoàn.

Quan điểm ứng xử của Tôn giả *Phú-lâu-na* là một khuôn mẫu quý giá đáng để chúng ta suy ngẫm và học hỏi. Trong bất kỳ hoàn cảnh nào, ngài vẫn không nghĩ xấu về đối tượng, cho dù bản thân mình bị tổn hại. Chính thái độ bao dung này đã có hiệu quả rất cao trong việc thuyết phục người khác đặt sự tin tưởng vào những lời thuyết dạy của mình.

Trong cuộc sống, hầu hết chúng ta thường có thái độ ngược lại khi ứng xử với người khác. Khi bị người khác mắng chửi, ta lập tức nghĩ rằng người ấy sắp đánh đập mình. Khi bị người khác đánh đập, ta lập tức cho rằng người ấy sắp đâm chém mình. Và khi bị người khác đâm chém, ta lập tức tin chắc rằng người ấy rồi sẽ giết chết mình...

Chính quan điểm ngược lại đó của chúng ta luôn có khuynh hướng làm cho vấn đề ngày càng trở nên nghiêm trọng hơn thay vì là lắng dịu đi. Bởi vì bất cứ hành vi nào xuất phát từ sự nóng giận cũng đều có khuynh hướng tự nhiên là dần dần lắng dịu đi khi không gặp phải sức phản kháng. Nếu chúng ta chấp nhận những thái độ thù nghịch, giận dữ bằng sự nhẫn nhục, bao dung, điều chắc chắn là những thái độ ấy sẽ không thể gia tăng mà chỉ có thể dần dần lắng dịu. Như lưỡi dao chém xuống mặt nước, lực chém chỉ có thể giảm dần đi chứ không thể tăng thêm, và cũng không gây ra được bất cứ sự tổn hại nào. Ngược lại, nếu gặp phải bất cứ vật cản nào, chắc chắn nó sẽ phát huy tác dụng hủy hoại của nó.

"*Chồng giận thì vợ bớt lời.*" Đó là một lời khuyên có giá trị rất sâu sắc xuất phát từ ý nghĩa trên. Bất cứ sự phản kháng nào, cho dù là rất hợp lý, trong một cơn nóng giận cũng đều là những vật cản, và do đó chắc chắn sẽ chỉ có thể làm cho cơn giận bùng lên một cách dữ dội hơn thay vì lắng dịu đi. Ngược lại, nếu chúng ta có thể cảm thông được tâm trạng giận dữ hay thù nghịch của đối tượng và đáp lại bằng sự nhẫn nhục, bao dung, thì sự giận dữ hay thù nghịch kia sẽ chỉ có thể dừng lại ở mức hiện có mà không có điều kiện để phát triển thêm, và sau đó chắc chắn sẽ phải lắng dịu đi theo khuynh hướng tự nhiên.

Sống chung hòa thuận giữa những người khác vừa là phương tiện vừa là mục đích của chúng ta trên con đường vươn đến một đời sống hạnh phúc. Bởi vì chúng ta không chỉ sống hòa thuận để có hạnh phúc, mà chính bản thân cuộc sống chung hòa thuận đó đã là hạnh phúc mà ta hướng đến.

Vì thế, đừng bao giờ nghĩ rằng bạn đang gìn giữ sự hòa thuận trong gia đình hay trong cộng đồng là vì người khác. Điều đó cũng đúng, nhưng lại là một ý nghĩa thứ yếu. Ý nghĩa quan trọng hơn là bạn đang làm điều đó vì hạnh phúc của chính bản thân mình. Tuy nhiên, xét cho cùng thì khi mỗi người đều được hạnh phúc, chắc chắn gia đình cũng phải có hạnh phúc, và toàn thể cộng đồng cũng sẽ được an vui, hạnh phúc.

Khi bạn hiểu được điều này, bạn mới thấy là những con người quanh ta có vai trò quan trọng như thế nào trong việc tìm kiếm một đời sống hạnh phúc cho chính bản thân mình. Và chính nhờ đó mà bạn bắt đầu có một cách nhìn khác hơn đối với người khác. Bạn biết rằng sự quan tâm giúp đỡ, chia sẻ khó khăn với người khác chính là yếu tố cần thiết để giúp bản thân mình có được một đời sống hạnh phúc.

Trong sáu phương pháp hòa kính, "*thân hòa cộng trú*" không chỉ là một nguyên tắc sống hay một lời khuyên, mà còn phải xem là một điều kiện tất yếu để đạt được cuộc sống an vui và hạnh phúc giữa những con người quanh ta. Khi mọi hành vi ứng xử của bạn đều hướng đến việc giữ gìn cuộc sống chung hòa thuận với mọi người chung quanh, thì chính bản thân bạn sẽ trở thành một khuôn mẫu lý tưởng cho cuộc sống hạnh phúc của chính mình và người khác.

Lời lời châu ngọc, hàng hàng gấm thêu

Chim khôn kêu tiếng rỗng rang,
Người khôn nói tiếng dịu dàng dễ nghe.

Ca dao

Từ xa xưa, tổ tiên chúng ta đã sớm biết được rằng "*dịu dàng dễ nghe*" là biểu hiện của người khôn ngoan trong lời ăn tiếng nói. Quả thật, nếu bạn nói ra toàn những lời hợp tình đúng lý, sâu xa hàm súc, nhưng lại bằng một cách nói "*khó nghe*" thì chắc chắn là sẽ không mấy ai lắng nghe bạn, và vì thế mà hiệu quả của những lời nói ấy sẽ chẳng đạt được bao nhiêu.

Nói thế không có nghĩa là chúng ta phủ nhận sự cần thiết của nội dung lời nói, là muốn nói sao thì nói, bất kể chuyện đúng sai, phải quấy. Ở đây chỉ là nhấn mạnh việc bạn nói năng như thế nào cũng có vai trò quan trọng không kém, thậm chí còn có thể là quan trọng hơn, so với nội dung những điều muốn nói.

Khi bạn đưa ra một ý kiến, điều tất nhiên mà bạn chờ đợi ở sự thẩm định của người khác là ý kiến ấy có thể đúng hoặc sai, chứ không thể tin chắc là bao giờ cũng hoàn toàn chính xác. Nếu là một ý kiến đúng, bạn sẽ được tán thành. Nếu là một ý kiến sai, bạn sẽ nhận được sự giải thích về những điểm không đúng trong đó, và ý kiến ấy bị bác bỏ. Sự bác bỏ ý kiến của bạn hoàn toàn không có nghĩa là người nghe đã mất đi thiện cảm với bạn, mà chỉ có nghĩa là nội dung của ý kiến ấy không phù hợp, không chính xác...

Tuy nhiên, cách trình bày ý kiến của bạn lại thực sự có giá trị mang lại hoặc đánh mất đi thiện cảm của người nghe dành cho bạn. Khi bạn biết "*nói tiếng dịu dàng dễ nghe*", thì cho dù bạn nói sai, bạn vẫn nhận được cảm tình của người nghe. Ngược lại, nếu bạn nói năng theo cách "*khó nghe*", thì cho dù những điều bạn nói ra là chính xác và được chấp nhận, nhưng cảm tình của người nghe dành cho bạn có thể là sẽ không còn nữa. Vì thế, người khôn ngoan chưa hẳn đã có thể luôn nói ra những điều hoàn toàn chính xác, không sai lầm, nhưng chắc chắn là bao giờ họ cũng biết trình bày ý kiến của mình theo cách rất "*dịu dàng dễ nghe*".

Sức mạnh của lời nói dịu dàng, êm ái là có thể hàn gắn được những tổn thương tinh thần và tạo ra được thiện cảm nơi người nghe. Ngược lại, lời nói thô lỗ, cứng rắn và xúc phạm bao giờ cũng có khả năng gây tổn thương cho người khác và tạo ra những định kiến, ác cảm nơi người nghe.

Vì thế, chúng ta cần phải biết phân biệt giữa nội dung điều muốn nói và cách nói ra những điều ấy.

Trong khi chúng ta hoàn toàn không nên chủ quan về tính chính xác của những gì mình nói ra, cần phải biết cởi mở lắng nghe và chấp nhận ý kiến sửa sai của người khác, thì chúng ta lại hoàn toàn có thể tin chắc được rằng việc trình bày ý kiến của mình theo cách êm dịu, hòa nhã và không xúc phạm đến người khác bao giờ cũng là một quyết định chính xác và sáng suốt.

Sự va chạm bằng lời nói là điều xảy ra thường xuyên nhất trong cuộc sống. Hầu hết những ai có chút tri thức đều không tán thành việc giải quyết vấn đề bằng cách "*thượng cẳng chân, hạ cẳng tay*", và vì thế mà cách giải quyết bất đồng tất nhiên là phải thông qua việc "*đấu khẩu*". Nhưng ngay cả đối với những người ít học thì không phải ai cũng thích chọn giải pháp "*đấm đá*", bởi vì họ biết chắc rằng khi đã đánh nhau thì chuyện thông thường là "*bên lỗ đầu, bên sứt trán*", chẳng dễ gì giữ được vẹn toàn. Vì thế, chỉ trừ những trường hợp hết sức căng thẳng, quá đáng, bằng không thì đa số vẫn chuộng phương thức "*đấu khẩu*" hơn là "*đấu võ*". Và do đó mà chúng ta luôn có thể thấy sự va chạm bằng lời nói hầu như xảy ra ở bất cứ nơi đâu và bất cứ lúc nào trong cuộc sống.

Vì là một thứ "*vũ khí*" cực kỳ đơn giản và rất dễ "*khai hỏa*", nên những trận "*đấu võ mồm*" có thể diễn ra ở rất nhiều mức độ khác nhau. Từ một sự chỉ trích nhỏ nhặt cho đến những phê phán gay gắt, từ những lời qua tiếng lại trong sự gặp gỡ thoáng qua mỗi ngày cho đến những luận điệu công kích nhau một cách có hệ thống, được ghi chép cẩn thận để có thể phổ biến cho thật nhiều người biết đến... Tất cả đều là những biểu hiện khác nhau của việc sử dụng lời nói trong giao tiếp. Chúng có thể mang lại sự hòa hợp, tiến bộ, nhưng cũng có thể dễ dàng gây ra những tổn thương, đổ vỡ...

Hầu hết mọi trường hợp lời nói gây ra thương tổn đều là do người nói muốn tranh lấy phần ưu thế, phần đúng, phần phải về mình. Những trao đổi mang tính cách giải thích hoặc chia sẻ thường không bao giờ gây ra thương tổn cho người nghe. Vì thế mà nguyên tắc thứ hai trong sáu pháp hòa kính nhấn mạnh là "*lời nói hòa hợp, không tranh cãi*".

Nói năng hòa nhã, êm dịu đã là biểu hiện của sự khôn ngoan, nhưng nếu biết tránh đi sự tranh cãi mới là người thực sự khôn ngoan nhất. Bởi vì những gì mà sự tranh cãi mang đến cho chúng ta thật ra hoàn toàn không bù đắp được cho những gì chúng ta phải mất đi vì nó. Cảm giác thích thú của người "*chiến thắng*" - nếu có - chỉ thoáng qua trong chốc lát, trong khi những bất hòa và sự tổn thương tình cảm do sự tranh cãi tạo ra lại có thể còn mãi, thậm chí có khi còn được nuôi lớn thêm mãi nếu không sớm chấm dứt.

Cũng cần phân biệt rõ giữa sự *tranh cãi* với *tranh luận*. Mọi cuộc *tranh cãi* đều nhắm đến việc giành lấy phần thắng, chứng minh rằng những gì mình đưa ra là đúng đắn, hợp lý, còn những gì đối phương đưa ra đều là sai trái, nhầm lẫn. Ngược lại, một cuộc *tranh luận* luôn để ngỏ khả năng đúng sai của mỗi người, và luôn chấp nhận lắng nghe những người khác để nhận lấy những điều nào là hợp lý, đúng đắn.

Tranh luận chỉ nhằm làm rõ vấn đề, tìm ra chân lý, lẽ phải, bất kể là chân lý hay lẽ phải đó thuộc về ai, và cũng có thể là thuộc về tất cả mọi người, trong trường hợp mỗi người chỉ nói đúng một phần nào hoặc một khía cạnh nào đó của vấn đề mà thôi.

Vì thế, cuộc tranh cãi chỉ được kết thúc khi có sự phân định thắng thua rõ rệt, còn một cuộc tranh luận thì kết thúc khi tất cả mọi người tham gia đều đạt được mục đích của mình, đều hài lòng với kết luận cuối cùng.

Chính do sự khác biệt như trên mà một cuộc tranh cãi thường bao giờ cũng chia thành hai "*phe*". Tất cả những ai tham gia tranh cãi đều phải thuộc về một trong hai phe đó, và càng có nhiều người tham gia thì sẽ càng căng thẳng, gay gắt hơn, đôi bên dễ dàng trở nên hằn học, đối địch nhau. Và phe chiến thắng - nếu có - bao giờ cũng trở thành thù nghịch với phe thất bại.

Tranh luận thì khác hẳn, có thể chấp nhận sự tham gia của bất cứ ai quan tâm đến vấn đề, và người tham gia không phải thuộc về *phe* nào cả. Mỗi người chỉ cần khách quan trình bày quan điểm, ý kiến của riêng mình, đồng thời biết lắng nghe quan điểm, ý kiến của những người khác. Vì thế, một cuộc tranh luận càng có nhiều người tham gia thì ý kiến càng thêm phong phú, đa dạng, và vấn đề được tranh luận càng dễ được làm sáng tỏ hơn, kết luận cuối cùng càng được chính xác hơn. Bất cứ ai đưa ra ý kiến được nhiều người chấp nhận nhất sẽ nhận được sự hoan nghênh của mọi người khác chứ không phải là sự thù nghịch.

Vì tiền đề của một cuộc tranh cãi bao giờ cũng là những định kiến bảo vệ lập luận của "*phe ta*", nên nó thực sự không mang lại được gì cho những người tranh cãi. Như một tách trà đầy không thể rót thêm vào được nữa, những người thích tranh cãi cũng không thể học hỏi thêm được điều gì từ người khác vì họ luôn cho rằng những quan điểm, ý kiến của mình đã là hoàn toàn đúng đắn. Vì thế, xét cho cùng thì những cuộc tranh cãi là hoàn toàn vô ích nếu không muốn nói là có hại.

Ngược lại, tiền đề của một cuộc tranh luận chính là sự khát khao kiến thức, truy tìm chân lý, nên những người tham gia tranh luận luôn có thể học hỏi được nhiều điều từ những người khác cùng tham gia tranh luận. Và sự chia sẻ kiến thức càng giúp họ gần gũi nhau hơn, không hề có sự đối đầu, thù nghịch. Vì thế, tuy không cần thiết phải thường xuyên tranh luận, nhưng nếu có cơ hội tham gia những cuộc tranh luận đúng đắn thì chúng ta sẽ có khả năng học hỏi được rất nhiều.

Mặt khác, tránh xa sự tranh cãi bao giờ cũng là cách tốt nhất để hạn chế những bất hòa trong cuộc sống. Bởi vì như đã nói, những va chạm trong lời nói là thuộc loại va chạm thường xuyên xảy ra nhất trong cuộc sống hằng ngày. Không ai trong chúng ta lại thích nói chuyện với một người hay tranh cãi, luôn chỉ trích và bắt bẻ sai lầm của người khác. Vì thế, chỉ cần bạn có thể loại bỏ được thói quen hay tranh cãi - nếu có - bạn sẽ nhanh chóng nhận ra rằng mọi người chung quanh đều thích nói chuyện với bạn nhiều hơn, gần gũi và chia sẻ với bạn nhiều hơn. Và đó chính là biểu hiện của một cuộc sống hòa hợp với mọi người.

Ngoài việc tránh xa sự tranh cãi, lời nói hòa hợp còn có nghĩa là phải biết quan tâm đến những gì mình nói ra để không gây thương tổn cho người khác. Ngay cả khi cần phải nói lên những sự thật cứng rắn và đụng chạm đến ai đó, cũng cần phải chọn cách diễn đạt sao cho sự căng thẳng của vấn đề có thể được giảm nhẹ đến mức thấp nhất.

Một ý nghĩa quan trọng khác của việc thực hành hòa hợp qua lời nói là phải cố gắng nói ra những lời tốt đẹp, tạo ra sự hòa hợp, đoàn kết giữa những người khác, cũng như khuyến khích mọi người khác thực hiện những điều tốt lành và tránh xa những điều xấu ác. Được như vậy thì mỗi một lời nói ra của bạn đều sẽ xứng đáng để được gọi là: "*Lời lời châu ngọc, hàng hàng gấm thêu.*"

Mặc dù "*lời nói chẳng mất tiền mua*", nhưng nó lại thực sự là một sức mạnh quan trọng trong giao tiếp. Lời nói có khả năng xây dựng, làm cho mọi quan hệ ngày càng trở nên gắn bó, tốt đẹp hơn, nhưng đồng thời lời nói cũng có thể có tác dụng phá hoại, làm cho các mối quan hệ giữa người và người trở nên căng thẳng và thù nghịch. Những công năng tốt hay xấu đó đều là phụ thuộc vào cách "*lựa lời mà nói*" của chúng ta.

Mặt khác, lời nói là biểu hiện của tâm ý. Trong lòng nghĩ sao thì ngoài miệng biểu lộ ra như vậy. Tâm ý ngay thẳng, hiền thiện thì lời nói cũng thật thà, hòa nhã; tâm ý gian trá, hiểm độc thì lời nói cũng quanh co, hung dữ. Trong lòng không có sự tu dưỡng thì không thể nói ra được những lời thực sự ôn hòa, êm dịu; trong lòng không nuôi dưỡng tình cảm chân thành tốt đẹp thì không thể nói ra được những lời cảm thông chia sẻ; và nếu trong lòng đầy sự thù hận ganh ghét thì chỉ có thể nói ra toàn những lời hung hãn, cay độc...

Cho nên, có thể nói là tâm ý tạo ra lời nói. Nếu không tu dưỡng tâm ý mà chỉ gắng gượng nói ra những lời dịu dàng êm ái để lấy lòng người khác thì cũng chỉ là sự giả dối, ngụy tạo, người nghe sớm muộn gì cũng sẽ cảm nhận được điều đó. Tuy nhiên, nếu thật lòng muốn tu dưỡng tâm ý thì lại có thể bắt đầu từ việc chú ý tu dưỡng lời nói. Nếu có thể tránh nói ra những lời xấu ác thì tâm ý sẽ nhờ đó mà có thể quay về gần với sự hiền thiện, thương yêu.

Lời nói xấu ác tuy rất đa dạng, nhưng cũng không đi ngoài những ý nghĩa sau đây.

Thứ nhất là nói dối, không đúng sự thật. Nguyên nhân và động lực của việc nói dối có thể bao gồm hết thảy những ham muốn, toan tính của con người, nhưng nói chung thì một khi đã dùng cách nói dối để đạt được mục đích của mình đều không phải là điều tốt. Vì thế, bản thân việc nói dối chẳng những đã là một điều xấu, mà nó còn có thể là nguyên nhân dẫn đến rất nhiều điều xấu ác khác nữa.

Thứ hai là nói lời trau chuốt, không thành thật, chỉ nhằm lấy lòng người khác vì mục đích có lợi cho mình. Lời nói trau chuốt không xuất phát từ những suy nghĩ chân thật trong lòng, mà là dựa theo ý muốn của người nghe, nhằm làm cho người ấy phải tin theo điều gì đó. Tuy lời nói trau chuốt không có vẻ là xấu ác, nhưng nó thường có những động lực không chính đáng nên sẽ nuôi dưỡng và tạo điều kiện phát triển cho những tâm niệm xấu ác. Hơn thế nữa, việc nói trau chuốt rất thường có khuynh hướng trở thành nói dối.

Thứ ba là những lời nói thô tục, hung hăng, thường gây thương tổn cho người khác một cách không cần thiết. Lời nói thô tục, hung hăng thường không do những động lực khác thúc đẩy, mà là xuất phát từ tâm ý hung dữ, thiếu sự tu dưỡng, tạo thành thói quen luôn nói ra những lời hung hăng, xúc phạm, bất kể đối tượng là ai.

Thứ tư là nói những lời vô nghĩa, vô ích. Những lời nói loại này có vẻ như chẳng gây hại đến ai, nhưng thực tế là tạo thành thói quen ăn nói bừa bãi, thiếu cân nhắc. Như cỏ dại làm hại ruộng vườn, những lời vô nghĩa cũng làm hại chúng ta vì làm mất đi cơ hội nói ra những lời tốt đẹp, hữu ích.

Thứ năm là lời nói đâm thọc, cũng gọi là nói hai lưỡi, thường là để gây chia rẽ giữa những người khác. Nói hai lưỡi có nghĩa là nói ra những lời không chân thật, nhất quán. Khi gặp mỗi bên lại nói theo một cách khác nhau nhằm tạo ra sự hoài nghi, mâu thuẫn lẫn nhau giữa mọi người, nhằm đạt được mục đích cho riêng mình. Lời nói loại này luôn hướng đến gây ra sự chia rẽ, ghét bỏ hay thù nghịch lẫn nhau, xuất phát từ tâm niệm tham lam, xấu ác, muốn đạt được mục đích của riêng mình.

Thứ sáu là những lời nói độc ác, gây thương tổn cho người khác. Những lời nói loại này thường không nhằm mục đích gì khác, mà chỉ là sự biểu lộ của tâm ý nóng nảy, hung dữ. Tuy nhiên, khi thường xuyên nói ra những lời độc ác, gây thương tổn cho người khác thì cũng chính là tạo điều kiện để nuôi dưỡng và làm phát triển sự nóng nảy, hung dữ trong tâm ý. Vì thế, việc kiềm chế những lời nói loại này cũng là cách rất tốt để tu dưỡng tâm ý.

Tất cả những lời nói xấu ác như trên đây đều tạo ra những nghiệp xấu ác, gọi chung là *khẩu nghiệp* - nghiệp tạo ra bởi lời nói - là một trong ba cách tạo nghiệp của chúng ta, đó là: *thân nghiệp*, *khẩu nghiệp* và *ý nghiệp*.

Mặc dù lời nói không có hình dạng, tướng mạo, không thể làm người khác tổn thương, đau đớn về thể xác, nhưng lại có sức mạnh tinh thần cực kỳ lớn lao. Lời nói tốt đẹp có thể xây dựng cuộc sống tốt đẹp cho chính bản thân ta và mọi người chung quanh, trong khi lời nói xấu ác lại có thể dễ dàng hủy hoại hạnh phúc của bản thân và người khác. Vì thế, muốn sống hòa hợp giữa mọi người, chúng ta không thể không quan tâm đến lời nói của mình, phải luôn tránh nói ra những điều xấu ác, chỉ nói những điều hướng đến sự hòa hợp, tốt đẹp và tránh xa sự tranh cãi.

Nhiều tay vỗ nên kêu

Có một công án thiền đòi hỏi thiền sinh phải suy ngẫm về "tiếng vỗ của một bàn tay". Tôi không biết là qua công án này thiền sinh sẽ được đưa đến nơi đâu trong chân trời thiền học, nhưng giữa cuộc sống trần tục này thì nội dung đó lại gợi lên trong tôi một ý nghĩa thiết thực khác: không có tiếng vỗ của một bàn tay!

Khi hai bàn tay vỗ vào nhau sẽ phát sinh tiếng vỗ, nhưng nếu bạn muốn dùng một bàn tay để tạo ra tiếng vỗ nhỏ hơn, đó sẽ là điều hoàn toàn không thể được!

Tương tự như vậy, trong cuộc sống này cũng không có bất cứ điều gì có thể được thực hiện một cách đơn độc. Chúng ta sinh ra và lớn lên giữa những con người, nên hết thảy mọi việc mà chúng ta có thể làm được đều là nhờ có sự chung sức của người khác.

Mỗi một con người chỉ như một bàn tay đơn độc, dù có cố gắng đến đâu cũng không thể tạo thành tiếng vỗ.

Cách đây mấy năm, tôi vừa hoàn tất công trình biên soạn bộ *Từ điển Thành ngữ Anh-Việt*[1] với độ dày hơn 1500 trang. Sau nhiều năm miệt mài khó nhọc với công trình, ngay khi vừa hoàn tất tôi đã hết sức vui mừng, sung sướng và tự hào với thành quả của sự kiên trì này. Trong một lúc bốc đồng, tôi đã chợt nghĩ rằng: chỉ cần có đủ ý chí kiên nhẫn thì bất cứ công việc khó khăn nào cũng đều có thể tự mình vượt qua. Nhớ lại những thời gian trước đó, một mình lặng lẽ giữa hàng đống tư liệu từ ngày này sang ngày khác, quả thật tôi không dám nghĩ đến có một ngày sẽ hoàn tất được công việc. Nhưng cuối cùng rồi ngày đó cũng đến!

Nhưng ý nghĩ bốc đồng đó chỉ thoáng qua trong phút chốc. Sự thật, tôi biết là mình không hề lẻ loi, đơn độc trong công việc. Chỉ cần nhìn lại các nguồn tư liệu tham khảo mà mình đã sử dụng, tôi cũng hình dung ra được ít nhất có đến hàng tá người trực tiếp đóng góp cho công trình của mình. Và nếu kéo dài sợi dây liên hệ đến quá khứ, e rằng con số đó sẽ còn tiếp tục tăng cao hơn rất nhiều. Thêm vào đó, tất cả những người quanh tôi đều đã cùng tôi thực hiện công việc. Nếu không có sự chăm sóc và động viên của cả gia đình, không có sự hỗ trợ của anh em

[1] Từ điển Thành ngữ Anh-Việt, Nguyễn Minh Tiến biên soạn, NXB Trẻ, 2004.

bè bạn... thật ra tôi cũng không thể thực hiện công việc của mình. Đó là chưa kể đến quá trình trước khi bộ sách ra đời, còn biết bao nhiêu người phải tiếp tục tham gia đóng góp trong việc hoàn thiện nó! Chỉ riêng người biên tập của Nhà xuất bản Trẻ đã phải mất hơn 6 tháng miệt mài để đọc qua toàn bộ bản thảo và góp ý sửa chữa cũng như phát hiện giúp tôi những sai sót trong suốt quá trình biên soạn. Làm sao có thể nghĩ rằng chỉ một người có thể thực hiện được công việc?

Khi chúng ta nhìn sự việc một cách khách quan và toàn diện, ta sẽ thấy là không có công việc nào chỉ được thực hiện bởi một người. Bằng cách này hay cách khác, sự góp sức của người khác luôn là điều kiện cần thiết để mỗi người có thể thực hiện được phần việc của mình.

Tương tự như vậy, sự góp sức của nhiều người luôn là điều kiện cần thiết cho việc thực hiện những công việc quá khó khăn hay lớn lao, vĩ đại. *Vạn lý trường thành* của Trung Hoa, *Đại Kim tự tháp* của Ai Cập... đều là những chứng tích lịch sử nói lên ý nghĩa này. Chính vì thế mà người xưa đã nói một cách nôm na rằng: “*Nhiều tay vỗ nên kêu.*”

Mặc dù vậy, không ít người trong chúng ta vẫn thường sai lầm khi quá xem trọng những thành quả của cá nhân mình, vẫn tưởng rằng đó là những “*tiếng vỗ của một bàn tay*”. Thật ra, những cách nghĩ như vậy vừa không đúng với sự thật, vừa tạo điều kiện cho rất nhiều ý tưởng và hành vi sai lầm khác. Khi một người chồng luôn nghĩ rằng mình là trụ cột duy nhất chống đỡ kinh tế gia đình, anh ta sẽ rất ít khi hài lòng với sự chăm sóc của người vợ, và do đó mà cảm thấy cuộc sống của mình không được hạnh phúc, vui vẻ. Ngược lại, khi người vợ nghĩ rằng mình đã hy sinh khó nhọc quá nhiều cho gia đình, cô ta sẽ luôn nhìn thấy những thiếu sót của chồng mình trong công việc hằng ngày, và do đó cũng cảm thấy đời sống gia đình luôn nặng nề, khó chịu. Trong cả hai trường hợp, nếu mỗi người đều có thể nhìn sự việc một cách khách quan và toàn diện, đúng như sự thật, họ sẽ thấy được sự đóng góp chung của tất cả mọi người vì sự tồn tại và phát triển gia đình, và do đó sẽ dễ dàng cảm thông, chia sẻ với những khó khăn của nhau.

Trong bất cứ tập thể nào cũng vậy, khi mọi thành viên đều quá xem trọng thành tích của cá nhân mình trong công việc, tập thể đó sẽ có nhiều nguy cơ tan rã vì thiếu sự gắn kết giữa các thành viên. Ngược lại, nếu mọi người hiểu được rằng mỗi một thành quả đều có sự góp sức của tất cả, họ sẽ càng gắn bó nhau hơn trong công việc để tiếp tục tạo ra những thành quả mới.

Vì thế, sự đoàn kết gắn bó giữa tất cả mọi thành viên trong một tập thể chính là xuất phát từ nhận thức đúng về vai trò của mỗi người và tất cả. Nhận thức đúng lại phải bắt nguồn từ những suy nghĩ đúng. Và những suy nghĩ đúng của tất cả mọi người thì tất yếu phải đi đến chỗ phù hợp, tương ứng với nhau. Đây chính là yếu tố khởi đầu để tạo nên sức mạnh phát triển của một tập thể, và cũng là điều kiện tất yếu để tạo ra môi trường hòa hợp trong tập thể đó. Chính trong ý nghĩa này mà người xưa đã từng dạy về sức mạnh của sự hòa thuận đoàn kết trong gia đình rằng: "*Thuận vợ thuận chồng, tát bể Đông cũng cạn.*"

Tát cạn bể Đông chỉ là một cách nói khoa trương để nhấn mạnh tính chất khó khăn, to tát của bất cứ công việc nào, nhưng sức mạnh của sự "*thuận vợ thuận chồng*" thì có lẽ bất cứ ai trong chúng ta cũng đều có thể dễ dàng nhận ra được. Cho dù có khó khăn, vất vả đến đâu mà vợ chồng đồng lòng nhất trí thì nhất định sẽ có thể cùng nhau chèo chống vượt qua. Ngược lại, khi vợ chồng mỗi người một ý, luôn mâu thuẫn, xung đột lẫn nhau thì dù hoàn cảnh có thuận lợi dễ dàng đến đâu cũng chỉ có thể đi đến chỗ đổ vỡ, thua thiệt mà thôi.

Không chỉ là trong ý nghĩa tạo ra sức mạnh để vượt qua khó khăn, hoàn tất công việc, mà như đã nói, sự đồng lòng nhất trí giữa mọi người với nhau còn chính là điều kiện tất yếu để tạo ra môi trường sống chung hòa hợp trong một cộng đồng. Nếu muốn tạo ra sự hòa hợp giữa mọi người với nhau mà chưa có được sự đồng lòng nhất trí thì không thể được. Ngược lại, khi đã có thể cùng nhau thống nhất về tư tưởng, cùng nhau thực hiện mọi công việc, cùng nghĩ đến việc hợp tác và phục vụ lẫn nhau, thì điều tất nhiên là sẽ có được sự hòa hợp giữa tất cả mọi người.

Cùng sống chung hòa hợp, cùng nói lời hòa hợp, đồng lòng thực hiện mọi công việc và phụng sự lẫn nhau, đó là ba trong số sáu nguyên tắc hòa kính mà trước đây đức Phật đã từng chỉ dạy. Sự vận dụng ba nguyên tắc này trong đời sống chắc chắn sẽ giúp mang đến sự hòa hợp với mọi người quanh ta, và qua đó tạo ra được môi trường sống an vui và hạnh phúc. Ba nguyên tắc này giúp kiểm soát được *thân*, *khẩu*, *ý*, là ba yếu tố tạo nên hết thảy mọi nghiệp báo tốt xấu của chúng ta. Vì thế, kiểm soát được *thân, khẩu, ý* chính là bước khởi đầu cơ bản nhất, sau đó mới có thể tiếp tục bước lên tầng bậc cao hơn với ba nguyên tắc còn lại trong *Lục hòa kính*.

Thẳng mực tàu, đau lòng gỗ

Mỗi khi có dịp, tôi thường rất thích được xem những người thợ mộc làm việc. Công việc của họ vừa có tính chất kiên trì, thận trọng, vừa mang tính mẫu mực, khuôn thước. Để tạo ra một món đồ, họ không bao giờ dựa vào sự ngắm nghía, ước tính chủ quan của mình, mà luôn tuân theo những khuôn mẫu khách quan.

Chẳng hạn, khi muốn có một thanh gỗ thẳng, họ dùng dây mực để tạo ra những đường thẳng ở vị trí cần thiết trên cây gỗ, sau đó căn cứ vào những đường mực ấy mà bào chuốt, đẽo gọt để tạo thành một thanh gỗ thẳng. Quan sát công việc này của họ thật hết sức thú vị, khi nhìn thấy những chỗ cong trên cây gỗ cứ từng chút từng chút bị mất dần đi, và cuối cùng trở thành một thanh gỗ thẳng băng, hoàn toàn khác hẳn với hình dạng ban đầu của nó.

Hết thảy những cây gỗ khi đưa vào sử dụng đều ít nhiều có những độ cong nhất định. Nhờ vào sự bào chuốt, đẽo gọt theo đường mực mà chúng mới có thể trở thành ngay thẳng, hữu dụng. Tục ngữ có câu: "*Thẳng mực tàu, đau lòng gỗ*", nhưng chính nhờ có những chỗ "*đau lòng*" ấy mà giá trị của thanh gỗ mới được nâng lên, mới có thể được dùng vào những công việc hữu ích, tốt đẹp.

Mỗi chúng ta đều mang trong mình ít nhiều những thói hư, tật xấu, những chỗ cong vạy... Để trở thành người tốt, chúng ta không thể dựa vào những cảm nhận chủ quan của bản thân mình, mà cũng cần có những "*đường mực*" thẳng để noi theo trong việc "*bào chuốt, đẽo gọt*" bản thân.

Nhờ vào kinh nghiệm để lại của những người đi trước, quanh ta luôn sẵn có những "*đường mực*" rất thẳng để ta noi theo. Vấn đề là chúng ta có biết nhận ra tầm quan trọng của những "*đường mực*" ấy để cố gắng noi theo hay không mà thôi.

Từ khi chúng ta bắt đầu khôn lớn trong môi trường gia đình, ông bà, cha mẹ, anh chị... đã dạy cho ta rất nhiều điều *nên làm* và *không nên làm*. Những "*đường mực thẳng*" này thường giúp ta bước đầu hình thành nhân cách sau này của mình. Nếu đứa trẻ nào biết chấp nhận những chỗ "*đau lòng gỗ*" để vâng theo đúng những lời khuyên dạy này, nó sẽ sớm trở thành một đứa trẻ ngoan hiền, dễ mến. Ngược lại, nếu đứa trẻ nào luôn ngỗ nghịch, đi ngược lại những lời khuyên dạy ấy, thì nguy cơ trở thành một người xấu trong tương lai là có thể thấy được. Những gia đình nào có sự dạy dỗ con cái một cách nghiêm túc và đúng đắn theo những chuẩn mực đạo đức của gia đình mình - thường gọi là *gia phong* - sẽ có khả năng đào tạo và đóng góp cho xã hội những con người mẫu mực, đạo đức.

Trong môi trường xã hội, bất cứ nơi đâu cũng đều có những "*đường mực thẳng*", những khuôn thước để mọi người tuân theo. Bước vào một cơ quan, công sở, mọi người đều phải tuân thủ *nội quy*; tham gia một tổ chức, đoàn thể, mọi người đều phải tuân thủ *điều lệ*... Nói rộng ra trong phạm vi của toàn xã hội là những quy định *pháp luật*, đảm bảo cho tất cả mọi người đều được bảo vệ những quyền lợi cơ bản nhất, cũng như phải sống theo những chuẩn mực nhất định nào đó mà xã hội chấp nhận...

Đó chỉ là lược nêu những điểm tiêu biểu nhất, nếu kể chi tiết ra thì còn rất nhiều khuôn thước, chuẩn mực mà mỗi người phải tuân theo. Từ những quy định cụ thể về hành vi, lời nói, cho đến những chuẩn mực về tinh thần, đạo đức. Tất cả những khuôn thước, chuẩn mực ấy luôn giúp ta loại bỏ được những "*chỗ cong*" để tự mình trở thành những "*thanh gỗ thẳng*". Mặc dù vậy, trong thực tế là chúng ta đôi khi rất ngại chuyện "*đau lòng gỗ*", và vì thế mà thường tránh né, không tuân thủ một cách nghiêm ngặt những "*đường mực thẳng*" rất quý giá kia!

Khi so sánh theo cách này, chúng ta mới có thể thấy được giá trị tích cực của việc khép mình vào khuôn thước, chuẩn mực. Bởi vì không ai trong chúng ta có thể tự xem mình là hoàn thiện. Mỗi chúng ta đều có những khuyết điểm, những tính xấu nhất định, nên việc khép mình tuân theo những khuôn thước, chuẩn mực luôn là cách tốt nhất để tu dưỡng bản thân, hoàn thiện chính mình. Điều này cũng tương tự như người thợ mộc biết noi theo những đường mực thẳng để bào chuốt, đẽo gọt, biến một cây gỗ cong trở thành một thanh gỗ thẳng!

Trong mỗi một hoàn cảnh, môi trường sống khác nhau, chúng ta đều có những khuôn thước quanh mình để tuân theo, và điều này luôn là điểm chung giữa bản thân ta với những người sống trong cùng một môi trường, hoàn cảnh đó. Một người lính phải tuân theo những kỷ luật trong quân đội, và điều này là điểm chung giữa anh ta với tất cả những người lính khác. Một vị *tỳ-kheo* phải trọn đời vâng giữ theo giới luật mà đức Phật đã chế định, và điều này là điểm chung giữa vị này với tất cả những vị *tỳ-kheo* khác. Tương tự, khi chúng ta sống chung với những người khác trong một môi trường, hoàn cảnh nào đó, chúng ta phải cùng với mọi người quanh ta tuân thủ theo những quy định, những khuôn thước mà tập thể ấy đã đặt ra, như lời người xưa vẫn thường nói: "*Nhập gia tùy tục.*"

Chính việc cùng nhau tuân thủ những quy định chung trong một tập thể là điều kiện trước hết để tạo ra sự hòa hợp và gắn bó của tập thể đó. Ai đã từng sống trong quân đội đều biết rõ rằng "*kỷ luật là sức mạnh của quân đội.*" Bất cứ đội quân nào, dù có quân số hùng mạnh đến đâu, được trang bị vũ khí hiện đại đến đâu, mà thiếu đi tính kỷ luật thì chắc chắn sẽ không bao giờ phát huy được sức mạnh. Hơn thế nữa, khả năng thất bại và tan rã của một đội quân như thế chỉ là chuyện sớm muộn mà thôi.

Không chỉ là quân đội, mà đối với bất cứ tập thể nào cũng vậy. Đối với một công ty kinh doanh, nếu tất cả nhân viên đều tuân thủ một cách nghiêm túc mọi quy định chung, công ty ấy nhất định sẽ nhanh chóng gặt hái được thành công. Đối với một lớp học, nếu tất cả học sinh đều học tập nghiêm túc theo hướng dẫn của thầy cô giáo, đều chấp hành tốt mọi quy định của nhà trường và nội quy lớp học, chắc chắn thành tích học tập của lớp học ấy sẽ nhanh chóng được cải thiện. Đối với một gia đình, nếu mọi thành viên đều biết tôn trọng và sống theo đúng với nền nếp gia phong, gia đình ấy chắc chắn sẽ ngập tràn hạnh phúc...

Khi sáng lập Tăng đoàn, đức Phật đã chỉ dạy *sáu pháp hòa kính* để giúp mọi người cùng sống chung hòa hợp trong Tăng đoàn. Trong *sáu pháp hòa kính* đó, pháp thứ tư khuyến khích tất cả mọi người vâng giữ theo giới luật để cùng nhau tu tập, xem giới luật là khuôn thước, chuẩn mực chung để mọi người cùng noi theo. Chính sự chỉ dạy này của đức Phật đã giúp cho Tăng đoàn trong nhiều thế kỷ qua luôn duy trì được sự hòa hợp, gắn bó.

Đối với những người chưa xuất gia, việc vận dụng lời khuyên "*giới hòa đồng tu*" chính là biết cùng với mọi người quanh mình vâng giữ theo những khuôn thước, chuẩn mực của môi trường, hoàn cảnh mà mình đang sống, cùng nhau tạo ra sự hòa hợp, gắn bó trong gia đình cũng như trong cả cộng đồng xã hội. Để làm được điều đó, mỗi người phải nghiêm khắc với chính mình, luôn tôn trọng những quy định của tập thể cũng như biết tự khép mình vào khuôn thước, không ngại cả những khi phải "*thẳng mực tàu, đau lòng gỗ*"!

Nồi cơm Thạch Sanh

Tài sản quý giá nhất của chúng ta không phải là những giá trị vật chất quanh ta. Bởi vì hết thảy những giá trị vật chất ấy xét cho cùng đều không thuộc về ta. Chúng được tích lũy quanh ta do sự nỗ lực tích góp trong nhiều ngày, nhưng cũng có thể trong thoáng chốc mất đi vì một lý do nào đó mà ta hoàn toàn không thể giữ lại được. Ngay cả khi chúng không bị mất đi theo nghĩa ấy, thì một khi chúng ta nhắm mắt lìa đời, chúng cũng chẳng còn có chút ý nghĩa giá trị nào!

Vì thế, tài sản quý giá nhất của tất cả chúng ta

chính là sự hiểu biết, hay còn gọi là tri thức, kiến giải. Tính chất quý giá của sự hiểu biết được xác định bởi vì chúng ta có thể sử dụng nó để làm ra của cải vật chất, trong khi lại hoàn toàn không thể dùng những giá trị vật chất sẵn có để trực tiếp đổi lấy sự hiểu biết! Mặt khác, những giá trị vật chất quanh ta có thể mất đi trong một sớm một chiều, trong khi sự hiểu biết mà ta có được sẽ vẫn được giữ lại cùng ta bất cứ khi nào ta còn duy trì được trạng thái tinh thần tỉnh táo.

Có một khác biệt rất lớn giữa tri thức và các giá trị vật chất. Khi chúng ta muốn sở hữu các giá trị vật chất, ta luôn gặp phải sự tranh chấp của người đang sở hữu những giá trị vật chất ấy. Một nhà kinh doanh muốn thu được nhiều tiền thì tất yếu phải biết cách làm cho nhiều khách hàng móc tiền ra khỏi túi. Trên thương trường, một sự thành công lớn thường cũng là đồng nghĩa với sự thua lỗ, thất bại của những đối thủ cạnh tranh... Nói chung, khi bạn muốn sở hữu một giá trị vật chất nào đó thì tất yếu phải có ai đó bị mất đi! Chúng ta không thể cùng nhau sở hữu mọi thứ! Chính vì thế mà cái "*vòng danh lợi cong cong*" bao giờ cũng là đấu trường của biết bao sự tranh chấp, giành giật lẫn nhau.

Việc sở hữu tri thức lại hoàn toàn không giống như vậy. Khi chúng ta sở hữu những tri thức mới, chúng ta hoàn toàn không phải tranh chấp, giành giật, mà là nhận sự chia sẻ từ người khác. Vì thế, tất cả mọi người có thể cùng nhau sở hữu mà không có ai phải chịu thiệt thòi, mất mát. Kinh *Duy-ma-cật* mô tả điều này giống như là "*từ một ngọn đèn, mồi sáng ra trăm ngàn ngọn đèn liên tiếp, những chỗ tối đều trở nên sáng, mà ánh sáng không hề dứt...*"[1]

Khi bạn hiểu biết được về một vấn đề, bạn có thể chia sẻ với rất nhiều người khác mà không phải lo sợ rằng sự hiểu biết của mình sẽ cạn kiệt đi. Ngược lại, chính qua sự chia sẻ kiến thức cùng người khác mà bạn có được cơ hội để học hỏi, hiểu biết nhiều hơn về những vấn đề liên quan. Các thầy cô giáo thường xuyên chia sẻ kiến thức với những học sinh của mình, nhưng không vì thế mà kiến thức của họ trở nên hạn hẹp. Ngược lại, chính trong quá trình giảng dạy mà các vị lại có thể tiếp tục tìm hiểu các vấn đề một cách sâu rộng hơn nữa.

Trong những chuyện kể được nghe từ thuở nhỏ, tôi vẫn còn nhớ đến hình tượng nồi cơm ăn hoài không hết của chàng Thạch Sanh dũng cảm. Thật hoàn toàn khác với những nồi cơm bình thường của chúng ta, chỉ đủ cho một số người ăn, nồi cơm của chàng Thạch Sanh tuy không lớn lắm nhưng lại có thể ăn hoài không hết, làm cho bao nhiêu người ăn cũng đều có thể được no bụng!

Thật ra, mỗi người chúng ta đều có một *nồi cơm Thạch Sanh* như thế, có thể ăn hoài không hết! Đó chính là những kiến thức mà chúng ta tích lũy được trong cuộc sống, vì chúng cũng tương tự như nồi cơm

---

[1] Kinh Duy-ma-cật, phẩm Bồ Tát, trang 148, bản dịch tiếng Việt của Đoàn Trung Còn và Nguyễn Minh Tiến, NXB Tôn giáo

kỳ diệu của chàng Thạch Sanh kia, có thể dùng hoài không hết. Hơn thế nữa, nếu chúng ta biết mang kiến thức của mình ra chia sẻ cùng những người quanh ta, kiến thức ấy sẽ càng trở nên sinh động và hữu ích hơn, và cũng qua đó mà chúng ta mới có thể tiếp nhận thêm được nhiều kiến thức mới bổ sung cho vấn đề, thay vì là chỉ giới hạn trong những gì đã biết.

Một trong những nhược điểm của văn hóa phương Đông là tính bảo thủ và hạn chế sự truyền bá, chia sẻ kiến thức. Chính do nơi những cách nghĩ như "*gia truyền*", "*bí truyền*" mà có biết bao kiến thức của người đi trước đã đi đến chỗ phải... thất truyền. Việc giữ kín một kiến thức để riêng mình khai thác những lợi ích của kiến thức đó hoàn toàn không phải là việc có lợi cho cộng đồng xã hội, và điều này hoàn toàn khác với việc bảo vệ bản quyền hay quyền sở hữu trí tuệ.

Khi chúng ta thực hiện việc tôn trọng bản quyền hay quyền sở hữu trí tuệ, ta chấp nhận trả một phần lợi nhuận cho người chủ sở hữu trí tuệ khi sử dụng những kiến thức được người ấy chia sẻ. Càng có nhiều người sử dụng kiến thức ấy thì người chủ sở hữu trí tuệ càng nhận được phần thù lao lớn hơn, đồng thời phần kiến thức ấy cũng làm lợi nhiều hơn cho xã hội. Mặt khác, quyền sở hữu trí tuệ chỉ có giá trị trong một thời gian nhất định, và sau đó thì phần kiến thức ấy sẽ được xem như sở hữu của toàn xã hội. Điều này tạo điều kiện cho việc chia sẻ kiến thức ấy được rộng rãi hơn, mang lại lợi ích lớn lao hơn cho cộng đồng xã hội. Nhân loại ngày nay có vô số người sử dụng những phát minh của *Thomas Edison*,[1] nhưng không ai phải trả tiền bản quyền cả. Nếu như *Edison* chọn cách giữ kín để tự mình khai thác nguồn lợi từ những phát minh của ông, phần đóng góp cho xã hội sẽ rất hạn chế và có nhiều nguy cơ những phát minh ấy sẽ bị thất truyền!

Xã hội phương Đông có rất nhiều những kiến thức gia truyền, bí truyền... Cho dù những kiến thức ấy có độc đáo và hay lạ đến đâu, sự giới hạn việc chia sẻ với người khác cũng sẽ đồng thời giới hạn những lợi ích mà kiến thức ấy mang lại cho xã hội. Và chỉ cần một trong các "*truyền nhân*" qua đời trước khi tìm được người kế thừa, kiến thức ấy sẽ phải bị thất truyền. Điều này tất nhiên phải được xem là một tổn thất chung cho cả cộng đồng xã hội.

Nguyên tắc "*kiến hòa đồng giải*" tuy ra đời đã hơn 25 thế kỷ nhưng đến nay vẫn còn chứng tỏ được tính khoa học và hợp lý của nó. Khi mọi người trong xã hội đều ý thức được việc chia sẻ sự hiểu biết, chia sẻ kiến thức của mình với người khác, môi trường sống sẽ trở nên hòa hợp và mọi người cùng tiến bộ một cách nhanh chóng hơn.

---

[1] Thomas Edison (1847 - 1931), nhà phát minh người Mỹ, một trong những nhà phát minh vĩ đại nhất của toàn nhân loại từ xưa đến nay. Ông bắt đầu những phát minh của mình từ khi còn rất trẻ và làm việc miệt mài cho đến lúc qua đời, có khi lên đến 18 giờ mỗi ngày. Chỉ riêng những phát minh được chính thức đăng ký tên ông đã lên đến hơn một ngàn phát minh!

Mặc dù vậy, tuy đã bước vào thế kỷ 21 này mà vẫn còn không ít người chưa hiểu được điều đó. Đôi khi chúng ta không phân biệt được giữa các giá trị vật chất và tri thức, vì thế mà cố giữ lấy những kiến thức "*độc đáo*" của mình như một cách bảo vệ quyền lợi cá nhân, thay vì là chia sẻ với người khác để mang lại lợi ích rộng rãi hơn. Nếu chúng ta hiểu được sự khác biệt cơ bản giữa các giá trị vật chất và kiến thức, chúng ta sẽ không ngại mang "*nồi cơm Thạch Sanh*" của mình ra chia sẻ cùng người khác, vì chắc chắn là "*nồi cơm*" ấy sẽ không bao giờ hết. Ngược lại, ta cũng sẽ nhận được những chia sẻ từ người khác nên bữa ăn tinh thần của chúng ta sẽ chẳng bao giờ trở nên nhạt nhẽo vì độc vị.

Việc cùng nhau chia sẻ kiến thức không chỉ là nhắm đến những phần kiến thức độc đáo "*có một không hai*" hay những "*tuyệt chiêu*" mà ngoài chúng ta ra không còn ai biết. Chia sẻ kiến thức hàm ý là tất cả mọi kiến thức, kể cả những "*mẹo vặt*" hằng ngày hay những kinh nghiệm sống mà chúng ta đã từng vấp váp, trải qua. Mỗi một kiến thức được mang ra chia sẻ cùng người khác là lại có thêm một mối dây liên kết giữa mọi người với nhau, làm cho môi trường sống càng thêm gắn bó và hòa hợp.

Việc chia sẻ kiến thức hoàn toàn không làm giảm thấp vai trò, giá trị của chúng ta trong cộng đồng như nhiều người lầm tưởng vì cho rằng khi mọi người khác đều có được những kiến thức của ta thì ta sẽ chẳng còn có gì "*hơn người*"! Chia sẻ kiến thức là cách để giúp cho mọi người cùng tiến bộ, và sự so sánh giá trị chân thật giữa mọi người với nhau là dựa vào nhân cách và những giá trị tinh thần đã đạt được trong đời sống chứ không dựa vào sự sở hữu các tài sản vật chất hay kiến thức.

Chúng ta có thể khởi đầu việc chia sẻ kiến thức từ nơi tập thể nhỏ nhất mà ta đang cùng làm việc. Sự chia sẻ kiến thức chắc chắn sẽ nhanh chóng giúp ta gần gũi và hòa hợp hơn với mọi người trong tập thể. Xuất phát từ khởi điểm đó, một môi trường sống hòa hợp với mọi người quanh ta sẽ nhanh chóng được thiết lập.

Miếng ăn là miếng tồi tàn...

Cuộc sống của tất cả chúng ta đều gắn bó với phần lợi tức có được từ công việc. Mọi sinh hoạt gia đình và những nhu cầu thiết yếu đều phải dựa vào mức thu nhập hằng tháng. Nhìn từ góc độ những gì có thể thấy ngay một cách trực tiếp, chỉ cần thu nhập tăng cao hơn là cuộc sống của gia đình chúng ta sẽ ngay lập tức được cải thiện.

Nhưng nếu chúng ta phân tích vấn đề theo một góc độ sâu xa và toàn diện hơn, nhiều yếu tố khác nữa cũng sẽ cần được xét đến. Và khi ấy, chúng ta sẽ thấy là việc tăng cao thu nhập chưa hẳn đã đồng nghĩa với có được một đời sống gia đình hạnh phúc hơn. Vấn đề còn tùy thuộc một phần ở việc chúng ta đã tăng cao thu nhập bằng cách nào, và điều đó có ảnh hưởng gì đến nền nếp sinh hoạt, suy nghĩ bình thường của chúng ta hay không. Ngoài ra, việc sử dụng phần lợi tức gia tăng như thế nào cũng là một yếu tố quan trọng cần xét đến.

Nói một cách chính xác hơn, những giá trị vật chất đạt được trong cuộc sống mặc dù có ý nghĩa chi phối cuộc sống của chúng ta, nhưng chúng không hoàn toàn quyết định việc ta có hạnh phúc hay không. Rất nhiều người có thu nhập cao, đời sống vật chất hầu như không thiếu thốn bất cứ điều gì, nhưng cuộc sống của bản thân và gia đình lại phải luôn chìm ngập trong những ưu tư, phiền muộn... Ngược lại, có những người phải luôn sống trong tình cảnh "*ăn bữa sáng, lo bữa chiều*" nhưng vẫn luôn giữ được tinh thần lạc quan vui sống cũng như niềm hạnh phúc của bản thân và gia đình.

Mặc dù vậy, thói quen của phần lớn mọi người trong xã hội vẫn là xem trọng những giá trị vật chất, bởi những tác động tức thời mà nó mang lại. Người xưa hẳn đã quan sát rất kỹ hiện tượng này nên mới có 2 câu ca dao đầy châm biếm như sau:

Miếng ăn là miếng tồi tàn,
Mất đi một miếng lộn gan lên đầu.

Vế đầu tiên của câu ca dao này chỉ ra tính chất thấp hèn của các giá trị vật chất, tiêu biểu là những "*miếng ăn*", chỉ tạo được sự thỏa mãn nhất thời mà không để lại tác động dài lâu trong việc hoàn thiện tâm hồn. Hơn thế nữa, nó còn là đầu mối khởi lên biết bao tranh chấp, giành giật trong xã hội, chỉ bởi vì thế thái nhân tình vẫn luôn "*mất đi một miếng lộn gan lên đầu*".

Sự cần thiết của những giá trị vật chất trong cuộc sống là không thể phủ nhận. Nhưng nếu chúng ta để mình bị trói buộc, cuốn hút vào cuộc tranh giành những giá trị vật chất, chúng ta chắc chắn sẽ đánh mất đi những giá trị tinh thần cao quý vốn có của mình.

Trong "*cái vòng danh lợi cong cong*", mỗi người chúng ta nếu muốn giành lấy phần ưu thế về mình thì điều tất nhiên là phải vượt qua những người khác. Và như thế, cái "*được*" của người này sẽ luôn là cái "*mất*" của người kia. Trong cái vòng xoay của những "*hơn, thua, được, mất*" về những giá trị vật chất ấy, sự thật là mọi giá trị tinh thần cao quý chỉ có thể ngày càng bị mất dần đi mà không bao giờ được tạo ra hay tăng trưởng. Vì thế, chỉ khi nào chúng ta thực sự nhận ra được điều đó và thay đổi cách nhìn đối với các giá trị vật chất thì mới có cơ may thoát ra được cái "*vòng cong cong*" luẩn quẩn kia!

Khi thực sự hiểu ra được rằng "*miếng ăn là miếng tồi tàn*", không phải là chúng ta sẽ không cần đến những giá trị vật chất, mà chỉ là nhận thức đúng hơn về những giá trị đó, không để cho chúng chi phối hoàn toàn mọi hành vi và tư tưởng của chúng ta. Từ việc đáp ứng những nhu cầu tối thiểu cần thiết cho cuộc sống đến chỗ thỏa mãn mọi ham muốn về vật chất của mình là một khoảng cách không dễ đo lường. Khoảng cách đó có khi là vô tận, vì người theo đuổi sẽ mãi mãi không bao giờ đến đích. Nhưng khoảng cách đó cũng có thể chỉ là ngay trong tầm tay của chúng ta, khi ta nhận biết rằng mọi sự ham muốn vật chất chỉ là giả tạo và giá trị chân thật của niềm vui trong cuộc sống này không nằm ở đó. Nhờ đó, chúng ta có thể dừng ngay lại mọi cuộc săn tìm, truy đuổi, và tìm được niềm vui sống ngay trong hiện tại này.

Nhận thức khởi đầu này là vô cùng quan trọng trong việc thực hiện một cuộc sống hòa hợp và chia sẻ cùng nhau. Phần lớn những tranh chấp, bất đồng thường gặp trong đời sống đều là xuất phát từ những giá trị vật chất, hoặc ít ra cũng là có liên quan đến chúng. Khi xóa bỏ được nguyên nhân này, mọi người sẽ có thể dễ dàng xích lại gần gũi với nhau hơn.

Việc chia đều lợi ích trong một tập thể chính là biểu hiện cụ thể của sự quan tâm lẫn nhau. Đây là điều kiện lý tưởng nhất cho một cuộc sống hòa hợp giữa tất cả mọi người, bởi vì những người có thu nhập quá thấp - vì những nguyên nhân nào đó - sẽ không đến nỗi quá khó khăn, trong khi đối với những người có thu nhập cao thì việc chia sẻ một phần lợi tức với người khác sẽ không gây khó khăn gì cho cuộc sống của họ.

Trong thực tế đời sống, tuy chúng ta chưa thể đạt đến sự chia đều lợi ích, nhưng ta có thể thực hành việc chia sẻ một phần lợi tức với những người khó khăn hơn mình. Khi nền kinh tế ngày càng phát triển, xã hội hiện đại ngày nay cũng đang có những chuyển biến nhất định theo hướng khuyến khích mọi người chia sẻ cùng nhau, nhất là những người giàu có cần quan tâm hơn nữa đến những người nghèo khó. Sự thật, chúng ta đang chứng kiến những khoản tiền rất lớn từ các quốc gia giàu có thường xuyên được chuyển đến để giúp đỡ những nước còn nghèo kém. Truyền thống "*lá lành đùm lá rách*" của người Việt chúng ta cũng chính là mang ý nghĩa chia sẻ những giá trị vật chất cùng nhau trong cuộc sống.

Nhận thức đúng về các giá trị vật chất trong quan hệ chia sẻ cùng nhau có thể mang lại lợi ích tinh thần lớn lao trong những hoàn cảnh rất tinh tế, nhưng đồng thời cũng có thể mang lại ngay cả những lợi ích về vật chất nhiều hơn. Chẳng hạn, trong các quan hệ kinh tế, chúng ta thường cân nhắc sự lợi hại thông qua các khoản lợi tức được chia sẻ giữa đôi bên, và bên nào cũng muốn giành được phần lợi về mình. Tuy nhiên, nếu chúng ta nhìn vấn đề một cách thông thoáng hơn, sự nhân nhượng trong việc chia sẻ các giá trị vật chất không hẳn đã là "*thua kém*". Khi chúng ta nhận ít hơn một phần lợi nhuận, điều đó cũng đồng nghĩa với việc đối tác của ta sẽ nhận được nhiều hơn một chút. Như vậy, tất yếu sẽ mang lại sự hài lòng cho họ và kèm theo đó là sự thân thiện hơn trong quan hệ đối với ta. Nhờ đó, mối quan hệ hợp tác sẽ có nhiều khả năng được tồn tại và phát triển. Điều này lại đồng nghĩa với việc nguồn thu nhập của chúng ta sẽ được ổn định và lâu dài hơn.

Như vậy, lợi ích cuối cùng về vật chất cũng chưa hẳn đã là ít hơn.

Sự bất đồng về các lợi ích vật chất là nguyên nhân chủ yếu dẫn đến đổ vỡ của hầu hết các mối quan hệ hợp tác. Va chạm về quyền lợi cũng là yếu tố thường gặp trong việc gây ra chia rẽ giữa những người trong cùng một tập thể. Nếu chúng ta cùng nhau thực hiện nguyên tắc "*lợi hòa đồng quân*", chắc chắn sẽ có thể ngăn chặn và loại trừ được một phần nguyên nhân chủ yếu phá hoại cuộc sống chung hòa hợp giữa mọi người.

Vận dụng Lục hòa trong đời sống

Sáu nguyên tắc hòa kính được đức Phật chỉ dạy từ cách đây hơn 25 thế kỷ. Tuy nhiên, từ xưa nay lại chỉ được vận dụng chủ yếu trong đời sống Tăng đoàn nhằm tạo ra môi trường hòa hợp để chư tăng cùng nhau tu tập. Việc vận dụng các nguyên tắc này vào cuộc sống gia đình cũng như trong cộng đồng xã hội có vẻ như còn rất xa lạ đối với nhiều người. Điều đó vốn có lý do riêng của nó.

Trước hết, những nguyên tắc này có thể nói là quá lý tưởng đối với cuộc sống của những người bình thường, khi chưa có những sự chuẩn bị nền tảng về đạo đức, nhân cách nhất định. Khi chúng ta chưa hình thành được khuynh hướng tu dưỡng theo một số chuẩn mực đạo đức cơ bản, thì việc vận dụng những nguyên tắc hòa kính vào cuộc sống sẽ rất khó khăn, nếu không nói là sẽ có phần xa lạ, không phù hợp. Chẳng hạn như, nếu chúng ta nói đến việc sống hòa hợp và chia sẻ với nhau mọi lợi ích vật chất, hầu hết những người bình thường đều sẽ thấy là không hợp lý, vì rõ ràng là năng lực cũng như hiệu quả làm việc của mỗi người trong tập thể đều không giống nhau, làm sao có thể chia sẻ đồng đều như nhau? Nguyên tắc này chỉ có thể được chấp nhận khi đời sống của mọi người đều dựa trên chuẩn mực của những giá trị tinh thần như lòng từ bi, đức nhẫn nhục... mà không phải là các giá trị vật chất nhìn thấy được.

Đời sống của chư tăng hoàn toàn đáp ứng được yêu cầu đó. Các vị đều đã buông bỏ đời sống thế tục, buông bỏ mọi tài sản vật chất của thế gian để bước vào đời sống xuất gia. Mục tiêu theo đuổi của các vị không phải là những sự hưởng thụ vật chất tầm thường, mà là sự tôi luyện một tinh thần hướng thiện, tu dưỡng mọi đức tính để đạt đến đời sống an vui, giải thoát. Xuất phát từ nền tảng đó, các vị mới có thể tiếp nhận và thực hành các nguyên tắc hòa kính một cách phù hợp và hiệu quả. Đây là lý do giải thích vì sao từ xưa đến nay *Lục hòa kính* chỉ được vận dụng chủ yếu trong Tăng đoàn.

Nhưng điều đó hoàn toàn không có nghĩa là những người bình thường không thể thấy được giá trị tích cực của những nguyên tắc hòa kính. Vấn đề ở đây là, chúng ta cần biết vận dụng chúng như thế nào cho phù hợp với đời sống thực tế của mỗi người, trong gia đình cũng như trong cộng đồng xã hội.

Trước hết, như đã nói, các nguyên tắc hòa kính là quá lý tưởng trong đời sống thế tục. Và vì quá lý tưởng nên tuy chúng ta vô cùng ngưỡng mộ, tôn kính nhưng lại rất khó làm theo. Bởi vậy, để vận dụng các nguyên tắc này, chúng ta nên xem đây là những nguyên tắc, những định hướng để noi theo mà không phải là những quy định, khuôn thước phải khép mình vào. Nhận thức theo cách này, chúng ta sẽ thấy là các nguyên tắc hòa kính đều có thể được vận dụng tốt trong đời sống thế tục.

Khi chúng ta chấp nhận *Lục hòa kính* như là kim chỉ nam của cuộc sống chung giữa mọi người, chúng ta sẽ luôn hướng đến sự hòa hợp. Ngay cả khi ta chưa thực sự đạt được sự hòa hợp - và không nên đòi hỏi điều đó một cách tuyệt đối - thì chắc chắn chúng ta cũng luôn có thể làm cho cuộc sống ngày càng tốt đẹp hơn, và quan hệ giữa mọi người với ta cũng ngày càng gắn bó, cảm thông nhau nhiều hơn.

Trong quan hệ giữa mọi người trong gia đình, nếu chúng ta luôn ý thức được mục tiêu của đời sống hạnh phúc là sự hiểu biết lẫn nhau, đối diện với mọi bất đồng để cùng nhau giải quyết và hướng đến cuộc sống chung hòa hợp, chúng ta sẽ luôn tránh xa thái độ sống cách biệt, thiếu cảm thông và thờ ơ lạnh nhạt. Chúng ta biết rằng khi đã cùng chung sống dưới một mái gia đình thì không thể có hạnh phúc riêng cho mỗi người nếu mọi người không cùng nhau tạo ra được một môi trường sống hòa hợp và gắn bó. Cách hiểu như thế không phải gì xa lạ mà chính là nguyên tắc "*thân hòa cộng trú*" chúng ta đã bàn đến. Hơn thế nữa, chúng ta còn có thể vận dụng cách hiểu này trong quan hệ với mọi người ở nơi làm việc hay bất cứ tập thể nào mà chúng ta tham gia.

Thận trọng và khéo léo trong lời nói, hạn chế mọi sự tranh cãi và luôn tôn trọng, lắng nghe người khác, đó chính là khuynh hướng mà chúng ta phải noi theo khi thực hiện "*khẩu hòa vô tranh*". Lời nói hòa hợp không chỉ cần thiết cho một gia đình hạnh phúc, mà cũng là nhân tố thiết yếu cho bất cứ tập thể hòa hợp nào. Vì thế, nếu chúng ta có thể luôn noi theo khuynh hướng này trong việc nói năng, tiếp xúc cùng mọi người quanh ta, điều tất nhiên là chúng ta sẽ góp phần tạo ra môi trường hòa hợp chung cho tất cả mọi người. Cho dù chúng ta chưa tạo ra được một tập thể hoàn toàn hòa hợp, nhưng sự đóng góp tích cực của khuynh hướng này là không thể phủ nhận.

Quan tâm giúp đỡ và phục vụ lẫn nhau trong công việc, tạo ra được sự đồng lòng nhất trí trong mọi công việc chung của gia đình hoặc tập thể, đó là noi theo nguyên tắc "*ý hòa đồng sự*" mà chúng ta đã đề cập đến. Nếu mọi người trong gia đình đều noi theo khuynh hướng này, công việc dù có khó khăn đến đâu cũng đều có thể cùng nhau vượt qua, và ngay cả khi có thất bại cũng không vì thế mà tổn hại đến hòa khí trong gia đình. Mỗi người đều biết nhận lấy phần trách nhiệm về mình, không đổ lỗi cho nhau nên sẽ không bao giờ có sự trách móc lẫn nhau. Đối với một tập thể, mối quan hệ gắn bó lẫn nhau theo khuynh hướng này cũng là yêu cầu tất yếu để có thể tạo ra được sự hòa hợp và đoàn kết.

Nói đến nguyên tắc "*giới hòa đồng tu*", chúng ta thường nghĩ ngay đến sự giới hạn trong phạm vi những người xuất gia. Tuy nhiên, khái niệm này thật ra hoàn toàn có thể - và cần phải - mở rộng để vận dụng vào đời sống thế tục. "*Giới*" không chỉ là giới luật của người xuất gia, mà có thể được hiểu rộng hơn như là mọi khuôn thước, chuẩn mực mà những người trong một gia đình hay tập thể phải tuân theo. Hiểu theo cách này thì trong mọi môi trường, mọi hoàn cảnh, chúng ta đều có những "*giới*" khác nhau để tuân theo. Khi tham gia giao thông, ta phải tuân thủ luật đi đường; khi làm việc phải tôn trọng những quy định về an toàn lao động; khi về nhà phải tuân theo nền nếp sinh hoạt chung trong gia đình... Tất cả những chuẩn mực, khuôn thước đó đều là "*giới*", bởi vì nếu mọi người trong cùng một môi trường, hoàn cảnh mà không nghiêm túc tuân theo những chuẩn mực, khuôn thước ấy thì điều tất yếu là tập thể đó sẽ phải bị rối loạn, xung đột. Chẳng hạn, khi có người tham gia giao thông không đúng luật, khi có người cùng làm việc lại vi phạm quy định về an toàn lao động, hoặc khi trong gia đình có người không tuân theo nền nếp sinh hoạt chung... tất cả đều sẽ là nguyên nhân gây ra xáo trộn và bất an cho những người khác chung quanh họ. Vì thế, môi trường nào cũng đều có những "*giới*" nhất định cần phải tuân theo.

Mặt khác, khái niệm "*tu*" cũng không chỉ dành riêng cho người xuất gia. Theo nguồn gốc chữ Hán, *tu* (修) có nghĩa là sửa chữa, là điều chỉnh sự sai lầm, làm cho trở nên tốt hơn, hoàn thiện hơn. Hiểu theo nghĩa như vậy thì tất cả chúng ta cũng đều đang tu, không chỉ là các vị xuất gia. Chỉ có điều là các vị xuất gia tu học theo điều kiện và môi trường, chí hướng thoát trần của họ. Còn chúng ta chỉ tu để sửa chữa, loại bỏ dần những sai lầm, khuyết điểm trong đời sống của mình mà thôi.

Như vậy, "*giới hòa đồng tu*" cũng là một nguyên tắc vô cùng tích cực đối với đời sống thế tục của chúng ta. Nếu mọi người trong gia đình hay một tập thể đều nghiêm túc tuân thủ, tôn trọng những khuôn thước, nền nếp hay chuẩn mực chung và cùng khuyến khích nhau sửa chữa mọi sai lầm, khuyết điểm, thì gia đình hay tập thể đó chắc chắn sẽ sớm trở thành một môi trường hòa hợp, gắn bó mọi người với nhau để cùng tiến bộ.

Hai nguyên tắc cuối cùng là "*kiến hòa đồng giải*" và "*lợi hòa đồng quân*" có vẻ như rất khó đạt được sự tán thành của quan điểm thế tục. Trong khi mọi người đều cho rằng vốn liếng tri thức là tài sản của mỗi cá nhân, thì đối với việc chia sẻ kiến thức tất nhiên không phải ai cũng có thể đồng ý. Hơn thế nữa, vấn đề đặt ra là nếu chúng ta chấp nhận việc chia sẻ kiến thức trong khi những người khác lại không làm như thế thì sao? Mặt khác, làm sao chúng ta có thể chia sẻ đồng đều lợi ích với mọi người nếu như những người khác không chịu nỗ lực góp sức tương đương với chúng ta? Câu trả lời ở đây là: chúng ta cần phải thuyết phục mọi người thấy được giá trị chân thật của đời sống không nằm ở các giá trị vật chất, và vì thế mà cái gọi là "*thiệt thòi*" về mặt vật chất chưa hẳn đã là thua thiệt. Nhưng làm thế nào để thuyết phục những người khác tin tưởng và thực hiện theo những nguyên tắc mà chúng ta cho là đúng đắn? Chúng ta sẽ đề cập đến nội dung này trong phần tiếp theo đây bàn về *Tứ nhiếp pháp* - bốn phương pháp thu phục lòng người.

Bốn phương pháp thu phục lòng người

Bốn phương pháp thu phục lòng người, thường gọi là *Tứ nhiếp pháp* (四攝法), cũng do đức Phật truyền dạy và đã được chư tăng áp dụng suốt 25 thế kỷ qua trong công cuộc hoằng dương chánh pháp. Tuy nhiên, tương tự như *Lục hòa kính*, các phương pháp này cũng hoàn toàn có ý nghĩa tích cực trong việc vận dụng vào đời sống của người thế tục.

Tứ nhiếp pháp bao gồm *bố thí nhiếp, ái ngữ nhiếp, lợi hành nhiếp* và *đồng sự nhiếp.*[1] Đây là bốn phương pháp có thể được vận dụng để thu phục lòng người, khiến cho người khác tin vào những điều

[1] Bố thí nhiếp (布施攝), Sanskrit: dāna, ái ngữ nhiếp (愛語攝), Sanskrit: priyavāditā, lợi hành nhiếp (利行攝), Sanskrit: arthacaryā và đồng sự nhiếp (同事攝), Sanskrit: samānārthatā.

mình nói cũng như chấp nhận đặt niềm tin nơi bản thân mình. Cơ sở đầu tiên để thực hiện *Tứ nhiếp pháp* là tự bản thân mình phải nhận ra được chân lý đúng đắn, biết được phương pháp tu tập theo chánh đạo. Bởi vì có như vậy thì sự thuyết phục người khác tin theo mình mới có ý nghĩa tích cực.

Có sự khác biệt cơ bản giữa *Lục hòa kính* và *Tứ nhiếp pháp*. Trong khi *Lục hòa kính* là những nguyên tắc để tự mình noi theo nhằm góp phần tạo ra sự hòa hợp trong gia đình hoặc trong một tập thể, thì *Tứ nhiếp pháp* lại là những phương pháp nhằm giúp đỡ người khác, vì người khác mà thực hiện. Vì thế, nếu như yêu cầu trước hết của *Lục hòa kính* là tinh thần hướng thiện, thì yêu cầu trước hết của *Tứ nhiếp pháp* lại là tinh thần vị tha. Nhưng để có được tinh thần vị tha, trước hết phải có tinh thần hướng thiện. Đó là lý do vì sao phải đề cập đến *Tứ nhiếp pháp* sau *Lục hòa kính*, và trong thực tế thì trình tự thực hiện của hai pháp này cũng là như vậy.

Từ xưa, *Tứ nhiếp pháp* vẫn được xem là giáo pháp của hàng Bồ Tát Đại thừa dùng để giáo hóa, cứu độ chúng sinh. Tuy nhiên, nếu phân tích sâu những phương pháp này, chúng ta sẽ thấy được những ý nghĩa tích cực của chúng ngay trong cuộc sống thường ngày.

Trước hết là *bố thí nhiếp*, nghĩa là phương pháp thu phục lòng người bằng cách thực hành bố thí. *Bố thí* tức là trao tặng cho người khác những gì họ cần mà không đặt ra bất cứ điều kiện trao đổi nào.

Bản thân việc thực hành bố thí đã là một phương thức tu tập, có công năng đối trị lòng tham lam, ích kỷ. Trong *bố thí nhiếp*, việc thực hành bố thí được vận dụng như một phương pháp để nhiếp phục lòng người. Điều này dựa trên tâm lý chung là bất cứ ai trong chúng ta cũng đều có thiện cảm với người đã giúp đỡ, trao tặng những thứ mà mình cần.

Bố thí không chỉ là giới hạn trong những giá trị vật chất như tiền bạc, thức ăn, đồ dùng... mà còn có thể là bất cứ điều gì được cần đến, như sự an ổn, sự hiểu biết... Vì thế, bố thí thường được chia ra ba hình thức là *tài thí*, *pháp thí* và *vô úy thí*.

Tài thí chỉ cho việc ban phát, trao tặng tiền bạc, của cải hay đồ ăn thức uống, y phục, thuốc men... nói chung là những giá trị vật chất mà người khác đang cần đến trong cuộc sống.

Pháp thí chỉ cho việc trao tặng giáo pháp, truyền dạy những kiến thức, hiểu biết chân chánh có thể giúp người khác đạt được sự an vui, thanh thản trong đời sống. Tuy ở đây không có giá trị vật chất cụ thể nào được trao tặng, nhưng lại có thể mang đến những lợi ích sâu xa và lâu dài cho đời sống tinh thần của người nhận bố thí. Việc thực hành pháp thí có thể là trực tiếp hay gián tiếp, chẳng hạn như giảng dạy, khuyên bảo người khác những phương pháp tu tập chân chánh, khuyến thiện trừ ác, đó là trực tiếp thực hành pháp thí; còn góp sức vào việc sao chép, in ấn, phát hành kinh điển, giáo pháp... đó là gián tiếp thực hành pháp thí, bởi vì qua sự lưu hành kinh điển, sách vở mà sẽ có nhiều người học biết được giáo pháp chân chánh để thực hành.

Vô úy thí được xem là hình thức bố thí cao nhất, nghĩa là mang lại sự an ổn, không sợ sệt cho người khác. Hình thức bố thí này không chỉ dựa vào lòng tốt hay sự phát tâm bố thí là đủ, mà đòi hỏi người bố thí phải tự mình đạt được đời sống an vui hạnh phúc, có được uy lực của chánh pháp, mới có thể ban bố sự an ổn, không sợ sệt cho người khác. Cũng giống như khi có biến loạn xảy ra, hết thảy mọi người đều hốt hoảng, lo sợ. Nếu có người muốn trấn an người khác thì bản thân người ấy phải đạt được sự bình tĩnh, không sợ sệt, phải có đủ dũng lực để vượt qua cơn biến loạn ấy. Có như vậy mới có thể làm chỗ nương dựa, tin cậy cho người khác, mới có thể mang đến sự an ổn, không sợ sệt cho mọi người.

Người thực hành bố thí vốn không đặt ra mục đích, yêu cầu hay điều kiện, chỉ là xuất phát từ tâm nguyện của mình muốn đem đến sự lợi lạc, tốt đẹp cho người khác. Tuy nhiên, hệ quả tất nhiên của sự thực hành bố thí bao giờ cũng mang lại sự tin cậy và thân thiện của người khác. Vì thế mà việc thực hành bố thí mới được xem như một phương pháp có thể thu phục lòng người. Nói cách khác, tu tập hạnh bố thí vừa mang lại những lợi ích tinh thần cho chính mình, vừa làm cho người khác tin phục và cảm mến. Đó chính là ý nghĩa của phương pháp *bố thí nhiếp*.

Cần phân biệt rõ là người bố thí không phải nhắm đến mục đích thu phục lòng người. Vì như đã nói, tâm nguyện bố thí là hoàn toàn vô điều kiện, không có bất cứ một sự đòi hỏi đáp trả nào. Công năng thu phục lòng người, tạo ra được sự tin phục và cảm mến của người khác chỉ là một hệ quả tất nhiên phải có. Giống như bạn đốt lửa để sưởi ấm chứ không nhằm tạo ra khói, nhưng điều tất nhiên khi lửa đã cháy lên là phải sinh ra khói. Tương tự như vậy, khi bạn thành tâm thực hành bố thí thì tất nhiên phải gặt hái được sự cảm mến và tin phục của người khác.

Thứ hai là *ái ngữ nhiếp*, nghĩa là thu phục lòng người bằng lời nói khiến người yêu mến. Lời nói khiến người yêu mến được chia ra thành 2 loại. Thứ nhất là tùy theo tâm tánh, cách nói của người khác mà thường xuyên thăm hỏi, an ủi, chia sẻ những khi họ buồn khổ; khen ngợi, khuyến khích những khi họ làm được điều lành, khiến cho người nghe ngày càng tăng trưởng thiện tâm, lâu dần trở nên thân thiết, có thể tin phục và nghe theo mình. Như vậy gọi là *thế gian ái ngữ*. Thứ hai là vận dụng những lời dạy trong kinh điển, đúng theo chánh pháp mà khuyên dạy người khác, khiến cho họ xa rời điều ác, tăng trưởng điều thiện, đạt được đời sống ngày càng an vui, hạnh phúc. Nhờ kết quả đó mà người nghe trở nên tin phục mình. Như vậy gọi là *xuất thế gian ái ngữ*.

Việc thực hành ái ngữ không có nghĩa là phải chọn một trong hai cách vừa nêu, mà phải tùy thuộc vào hoàn cảnh, nhân duyên thích hợp để chọn lựa. Có khi phải đem chánh pháp giảng giải cho người nghe, nhưng có khi chỉ nên dùng những tình cảm thế tục để chia sẻ buồn vui với họ. Nói chung là phải chọn đúng lời và đúng lúc để nói thì mới có thể đạt được hiệu quả đối với người nghe.

Thực hành *ái ngữ nhiếp* cũng tương tự như "*khẩu hòa*" trong sáu pháp hòa kính. Sự khác biệt ở đây là "*khẩu hòa*" nhằm tạo ra sự hòa hợp giữa mọi người trong cùng một tập thể, còn ái ngữ nhiếp thì hướng đến sự thu phục lòng người nên cần có thêm sự chú ý đến tâm tánh, sở thích của người nghe. Như nói chuyện với người thích thể thao mà chỉ đề cập đến thời trang hoặc ca nhạc thì tuy không có gì sai trái nhưng sẽ không tạo được sự quan tâm của người nghe. Nếu biết vận dụng *thế gian ái ngữ* thì không phải vậy, vì cần phải biết quan tâm đến tâm tánh, sở thích của người nghe mới có thể thu phục được sự yêu mến, tin phục của họ. Trong kinh điển còn mô tả lại cách vận dụng *thế gian ái ngữ* của đức Phật khi thuyết pháp: cho dù có rất đông người đến nghe pháp, nhưng tùy theo tâm tánh mà mỗi người đều nghe thấy đức Phật giảng pháp bằng đúng thứ tiếng của mình và đều có thể hiểu rõ được ý nghĩa. Kinh *Duy-ma-cật* ghi lại ý này như sau:

佛以一音演說法，
衆生隨類各得解。
皆謂世尊同其語。
斯則神力不共法。
佛以一音演說法，
衆生各各隨所解。

Phật dĩ nhất âm diễn thuyết pháp,
Chung sinh tùy loại các đắc giải.
Giai vị: Thế Tôn đồng kỳ ngữ.
Tư tắc thần lực bất cộng pháp.
Phật dĩ nhất âm diễn thuyết pháp,
Chúng sinh các các tùy sở giải.

Thuyết pháp, Phật dùng một thứ tiếng,
Chúng sinh loài nào cũng hiểu được.
Ho bảo: Thế Tôn nói giống mình!
Đó là thần lực chẳng ai bằng.
Thuyết pháp, Phật dùng một thứ tiếng,
Chúng sinh ai nấy tùy chỗ hiểu.

Vì thế, người khéo vận dụng *ái ngữ nhiếp* thì trước khi nói phải biết quan tâm đến tâm tánh, sở thích của người nghe. Từ đó mới có thể chọn cách nói sao cho vừa diễn đạt được những điều tốt đẹp, hữu ích, mà vừa thu phục được cảm tình của người nghe.

Ở đây, cần chú ý rằng việc chọn lựa cách nói sao cho phù hợp với người nghe hoàn toàn không có nghĩa là cách nói giả dối, trau chuốt hoa mỹ chỉ nhằm được lòng người nghe. Yêu cầu cơ bản của *ái ngữ nhiếp* vẫn phải là sự chân thật và đúng chánh pháp. Chính trong phạm vi của những gì chân thật và đúng chánh pháp mà người nói sẽ cố gắng chọn lựa cách nói, thời điểm nói sao cho phù hợp với người nghe.

Khi một người đang gặp nhiều chuyện buồn khổ, nếu chúng ta đến khuyên họ làm lành lánh dữ vào lúc đó thì chắc chắn là họ sẽ không lắng nghe. Tốt hơn là lúc ấy phải biết chân thành chia sẻ những nỗi khổ đau của họ, an ủi họ bằng những lời thích hợp để họ vơi bớt đi sự đau buồn. Đợi khi họ đã có thể sẵn sàng tiếp nhận thì mới đưa ra những lời khuyên thích hợp...

Như vậy, cũng có thể nói rằng *ái ngữ nhiếp* là cả một nghệ thuật sử dụng lời nói kết hợp với những phân tích sâu xa về tâm lý. Chúng ta không thể đạt được những điều ấy chỉ bằng vào sự suy luận học hỏi hay sự khôn khéo, lanh lợi của lý trí, mà trước hết là phải xuất phát từ một trái tim chân thành tràn ngập lòng thương yêu, vị tha. Có như vậy thì sự vận dụng *ái ngữ nhiếp* của chúng ta mới thực sự đúng đắn và đạt được hiệu quả.

Phương pháp thứ ba là *lợi hành nhiếp*, nghĩa là dùng những việc làm, hành vi có lợi cho người khác để thu phục lòng tin của họ. Trong những việc làm, hành vi có lợi cho người khác, có thể chia ra thành hai nhóm là *tập thiện nhiếp* và *ly ác nhiếp*.

Tập thiện nhiếp là phương pháp nhiếp phục đối với những người hiền thiện, nghĩa là thu nhóm, tập hợp các điều lành. Trong nhóm này lại chia ra làm hai trường hợp.

Một là đối với những người chưa từng làm điều thiện. Đối với những người này, người biết vận dụng *lợi hành nhiếp* sẽ dùng phương tiện gần gũi, tùy thuận với họ, rồi tìm những cơ hội thuận tiện, thích hợp để khuyên dạy, khuyến khích họ phát tâm làm việc thiện. Sau khi đã phát tâm làm việc thiện, họ sẽ tự mình nhận biết được những lợi ích thiết thực cho bản thân, và do đó mà nảy sinh lòng tin phục, cảm mến.

Hai là đối với những người đã biết làm việc thiện. Đối với những người này, người biết vận dụng *lợi hành nhiếp* sẽ gần gũi khen ngợi, khuyến khích, làm cho tâm thiện của họ càng tăng trưởng mạnh mẽ hơn. Nhờ làm điều thiện nên người ấy có thể đạt được nhiều an vui, hạnh phúc trong đời sống, do đó mà sinh ra kính tin người đã khen ngợi, khuyến khích mình.

Ly ác nhiếp là phương pháp nhiếp phục đối với những người đã đi nhầm vào đường ác, nghĩa là làm cho họ phải rời xa, lìa bỏ những việc ác đã làm. Có hai cách để làm được điều này. Một là dùng những lời lẽ chân thật, đúng đắn để chỉ trích, quở trách hoặc dùng các biện pháp trừng phạt, nghiêm trị, làm cho kẻ ác phải nhận thấy rõ lỗi lầm của mình mà hối cải. Hai là dùng sự uy dũng, mạnh mẽ của mình để khuất phục những kẻ ác ngang ngạnh, cứng rắn, buộc họ phải lìa bỏ việc ác không dám tái phạm. Người vận dụng *ly ác nhiếp* phải có đủ sự hiểu biết và sức mạnh để khuất phục kẻ ác, làm cho họ không thể chống lại được. Mặc dù vậy, sau khi lìa bỏ việc ác đã làm, những người ấy sẽ đạt được đời sống an ổn và hạnh phúc hơn. Do đó mà họ nảy sinh sự tin phục, kính trọng đối với người đã giúp mình rời bỏ đường ác.

Tập thiện nhiếp và *Ly ác nhiếp* đều nhắm đến cùng một mục đích là khuyến thiện trừ ác, nhưng vận dụng cách nào là tùy thuộc vào đối tượng. Có nhiều trường hợp cần phải vận dụng cả hai. Chẳng hạn như đối với hành vi của một người, nếu khéo léo phân biệt sẽ thấy là không chỉ có toàn việc ác, mà đôi khi vẫn có những việc thiện đáng khen ngợi. Đối với việc ác, phải vận dụng nhiều phương tiện để khiến cho họ lìa bỏ, nhưng đối với những việc thiện lại cần phải khen ngợi, khuyến khích.

Tự mình làm việc thiện sẽ đạt được những lợi ích rất lớn lao. Vì thế, việc dùng mọi phương tiện để giúp người khác phát tâm làm điều thiện chính là hành vi mang lại lợi ích lớn nhất cho họ. Đây chính là ý nghĩa quan trọng nhất của *lợi hành nhiếp*. Việc thân cận, gần gũi và giúp đỡ người khác tuy cũng mang ý nghĩa *lợi hành*, có thể khiến cho người khác nảy sinh sự thân mật, cảm mến, nhưng không phải là ý nghĩa chính của *lợi hành nhiếp*. Người vận dụng *lợi hành nhiếp* phải luôn hướng đến việc giúp cho người khác có thể phát tâm làm việc thiện và từ bỏ việc ác, như thế mới gọi là làm lợi ích cho người một cách chân chánh.

Phương pháp thứ tư là *đồng sự nhiếp*, nghĩa là thu phục lòng người bằng cách cùng chia sẻ mọi việc với họ. Cùng chia sẻ mọi việc không chỉ có nghĩa là cùng nhau làm việc, mà là cùng nhau trải qua những hoàn cảnh buồn, vui, khó khăn vất vả hay dễ dàng thuận lợi. Nhờ cùng nhau trải qua một hoàn cảnh nào đó, nên mới có thể chia sẻ tâm trạng của nhau, cảm thông được mọi nỗi niềm của nhau.

Vì thế, *đồng sự nhiếp* thường được chia ra thành hai loại là *đồng khổ sự nhiếp* (同苦事攝) và *đồng lạc sự nhiếp* (同樂事攝). *Đồng khổ sự nhiếp* là cùng người khác trải qua gian nan hoạn nạn, khó khăn khổ nhọc, nhờ đó mà lấy sự chân thành chia sẻ, an ủi, động viên giúp sức cho họ vượt qua khó khăn, nhờ đó mà tạo được sự cảm mến, tin phục. *Đồng lạc sự nhiếp* là cùng người khác trải qua những hoàn cảnh thuận lợi, vui vẻ, luôn thân cận gần gũi để nhắc nhở, khuyên răn, giúp người không rơi vào chỗ đam mê trụy lạc. Nhờ có sự khuyên răn nhắc nhở ấy mà giúp cho họ giữ được đời sống an vui hạnh phúc. Do đó mà tạo được sự cảm mến, tin phục.

Người thực hành *đồng sự nhiếp* phải xuất phát từ sự chân thành, thật tâm chia sẻ, không giả dối, ngụy tạo. Trong lòng có thực sự thương yêu, thông cảm thì mới có thể cảm hóa được người khác nghe theo mình. Nếu chỉ thân cận gần gũi người khác vì những mục đích trục lợi thì không thể gọi là *đồng sự nhiếp*. Những trường hợp ấy sớm muộn gì cũng sẽ bị người khác nhận ra và khinh rẻ.

Như đã nói, cả bốn phương pháp *bố thí, ái ngữ, lợi hành* và *đồng sự* đều là dựa trên nền tảng của sự tu tập đúng theo chánh pháp. Người thực hành bốn phương pháp này trước hết phải tự mình tu tập chánh pháp, đạt được chánh kiến, phát khởi tâm từ bi thương xót và muốn chia sẻ những khổ đau của người khác, từ đó mới có đủ năng lực và trí tuệ để thực hành bốn phương pháp này. Nhưng một khi thực hành được *Tứ nhiếp pháp* thì có thể thu phục được hầu như tất cả mọi hạng người, dù là người tốt hay kẻ xấu cũng đều có thể được giáo hóa. Chính do nơi công năng mạnh mẽ này mà đức Phật đã dạy các vị *tỳ-kheo* phải biết vận dụng *Tứ nhiếp pháp* trong việc giáo hóa chúng sinh, truyền bá chánh pháp.

Tuy nhiên, điều đó hoàn toàn không có nghĩa là chúng ta không thể vận dụng *Tứ nhiếp pháp* trong đời sống thế tục. Thật ra, nếu tìm hiểu rõ về bốn phương pháp này, chúng ta sẽ có rất nhiều cơ hội vận dụng chúng trong đời sống, cho dù có những hạn chế nhất định nhưng vẫn có thể mang lại những kết quả rất khả quan trong việc thu phục lòng người.

Về phương pháp *bố thí*, chúng ta nên vận dụng trong việc chia sẻ khó khăn cùng người khác bất cứ khi nào có thể. Cơ sở của phương pháp này là giúp chúng ta có thể dùng những giá trị vật chất để đổi lấy một phần giá trị tinh thần, bao gồm niềm vui của bản thân và tình cảm của người khác. Khi chúng ta thật tâm làm việc bố thí, bản thân ta sẽ có được niềm vui nhẹ nhàng trong tâm hồn, trong khi người nhận bố thí sẽ nảy sinh tình cảm với chúng ta. Vì thế, khi cho đi một phần giá trị vật chất, chúng ta có thể đổi lại được niềm vui và tình cảm. Cho dù khi thật tâm làm việc bố thí, chúng ta không hề có ý tính toán trao đổi, nhưng kết quả tự nhiên bao giờ cũng sẽ là như vậy. Nếu không có phương pháp *bố thí*, cho dù chúng ta có dùng bao nhiêu tiền của cũng *không thể* đổi lấy được những giá trị tinh thần, bởi vì những thứ ấy thuộc về hai phạm trù hoàn toàn khác nhau.

Thời Chiến quốc bên Trung Hoa có Mạnh Thường Quân làm Tướng quốc nước Tề, là người hào hiệp, phóng khoáng, thường đãi khách trong nhà có hơn ba ngàn người. Mạnh Thường Quân giàu có vào bậc nhất nước Tề, thường chu cấp cho những người có tài để chờ khi có việc nhờ đến. Vì thế mà ngày này chúng ta hay dùng tên gọi *Mạnh Thường Quân* để chỉ những người hào phóng giúp đỡ, ủng hộ người khác.

Mạnh Thường Quân có được vua Tề phong cho một vùng đất ở xa gọi là *Tiết ấp*, được toàn quyền cai trị và thu thuế trong vùng ấy. Ngày kia, Mạnh Thường Quân xem sổ sách thấy số tiền nợ của dân đất Tiết quá nhiều, hầu như người dân nào cũng có nợ, liền nói với mọi người: "*Vị nào có thể thay tôi đi đòi nợ ở đất Tiết.*"

Có vị khách là Phùng Hoan xin đi. Trước khi đi, Phùng Hoan hỏi Mạnh Thường Quân: "*Tôi đòi nợ xong, có nên dùng tiền ấy mua gì mang về chăng?*" Mạnh Thường Quân vui vẻ đáp: "*Ông xem trong nhà này còn thiếu món gì thì cứ tùy ý mua về.*"

Phùng Hoan đến đất Tiết, cho người mời tất cả dân chúng đến, mang giấy tờ sổ sách ghi nợ ra đối chiếu rõ ràng, rồi thay mặt Mạnh Thường Quân mà tuyên bố xóa hết nợ cho dân đất Tiết. Xong, ông đốt sạch giấy tờ sổ sách ghi nợ, đánh xe quay về.

Mạnh Thường Quân thấy Phùng Hoan trở về nhanh quá nên có phần ngạc nhiên, vội vã ra đón tiếp, hỏi rằng: “*Tiên sinh về nhanh thế, có thu được ít nhiều tiền nợ hay chăng?*”

Phùng Hoan đáp: “*Thu được đủ cả rồi.*”

Mạnh Thường Quân lại hỏi: “*Thế có mua gì về chăng?*”

Phùng Hoan đáp: “*Khi đi ngài có dặn, xem trong nhà thiếu món gì thì tùy ý mua về. Tôi xem kỹ thấy từ châu báu quý hiếm cho đến vật dụng, của cải, tôi tớ, ngựa xe trong nhà này đều thừa thải, không thiếu thứ gì. Vì thế, tôi đã thay ngài dùng hết cả số tiền nợ ấy mà mua lòng dân đất Tiết.*”

Mạnh Thường Quân không nói gì, nhưng trong lòng có ý không vui.

Được hơn một năm sau, Tề Tuyên Vương không dùng Mạnh Thường Quân nữa, bãi chức. Mạnh Thường Quân phải đưa gia quyến về sống ở đất Tiết. Khi còn cách đất Tiết cả trăm dặm đã thấy dân đất Tiết già trẻ lớn bé đều kéo nhau đi đón, đứng chật hai bên đường, reo mừng nhiệt liệt. Mạnh Thường Quân xúc động nói với Phùng Hoan: “*Tiên sinh vì tôi mua lòng dân đất Tiết, nay tôi mới hiểu.*”

Người làm chính trị thời xưa, sợ nhất là khi thất thế sa cơ, bởi khi đương chức thì sự va chạm, oán thù không thể tránh được. Mạnh Thường Quân làm Tướng quốc mấy chục năm, đến khi bãi chức về sống yên ổn được ở đất Tiết chính là nhờ có Phùng Hoan sớm biết cách dùng tiền nợ để "*mua lòng dân*".

Trong cuộc sống có rất nhiều tình huống mà nếu chúng ta biết khéo léo ứng xử cũng có thể dùng các giá trị vật chất để đổi lấy tình cảm của người khác. *Bố thí nhiếp* là một phương pháp giúp ta làm được điều đó.

Về phương pháp *ái ngữ*, chúng ta hầu như có thể mỗi ngày đều nhìn thấy được tác dụng của nó. Trong cùng một tình huống, một hoàn cảnh, chỉ cần thay đổi cách nói năng là có thể thấy ngay sự khác biệt trong phản ứng của người khác. Lời nói dịu dàng, êm ái bao giờ cũng có tác dụng làm cho "*việc dữ hóa lành*", trong khi lời nói thô lỗ, cộc cằn bao giờ cũng dễ làm cho "*chuyện bé xé to*". Hiểu được nguyên tắc này, chỉ cần chúng ta thường xuyên lưu ý rèn luyện cung cách nói năng của mình, biết "*lựa lời mà nói*" cho đúng nơi, đúng lúc, thì chắc chắn mọi việc trong cuộc sống đều sẽ dễ dàng hơn rất nhiều. Và quan trọng hơn hết là chúng ta sẽ chiếm được cảm tình của người khác một cách tự nhiên qua lời nói.

Về phương pháp *lợi hành*, chúng ta có thể vận dụng qua việc thường xuyên giúp đỡ, khuyên răn mọi người bỏ ác làm lành, cùng nhau sống cuộc sống hòa hợp và quan tâm lẫn nhau.

Việc giúp đỡ người khác chính là biểu hiện cụ thể của lòng thương yêu, sự mong muốn giảm nhẹ những khó khăn cho người khác. Vì thế, qua việc giúp đỡ người khác mà chúng ta có thể tự mình rèn luyện và phát triển tâm từ bi, mở rộng sự cảm thông với hết thảy mọi người.

Nhưng giúp đỡ người, làm lợi cho người thì không gì bằng chỉ bày cho họ biết điều hay lẽ phải, biết con đường chân chánh để noi theo. Vì thế, *lợi hành* không có nghĩa là tùy tiện ủng hộ, giúp đỡ hết thảy mọi việc làm của người khác, mà quan trọng nhất là phải biết làm sao để dần dần đưa họ vào con đường hướng thượng, bỏ ác làm lành. Chính vì thế mà trong những trường hợp gặp người quá ngang ngạnh, tàn ác, chúng ta cũng phải dùng đến sự uy dũng để khuất phục họ, buộc họ phải xa lìa việc ác. Làm như thế không phải là chúng ta oán ghét họ, mà chính là cố sức giúp họ thoát khỏi đường ác, không tiếp tục tạo ra những ác nghiệp nặng nề hơn nữa. Vì thế mà khi họ đã hồi tâm chuyển ý, chắc chắn họ sẽ cảm nhận được tình thương chân thật mà ta dành cho họ. Ý nghĩa thu phục lòng người của *lợi hành nhiếp* luôn đúng trong mọi trường hợp là như vậy.

Về phương pháp *đồng sự*, chúng ta có thể vận dụng qua việc cùng chia sẻ mọi hoàn cảnh với những người quanh ta. Hạnh phúc chân thật không thể là niềm vui riêng lẻ cho mỗi người, mà phải được tạo thành từ sự an vui của hết thảy mọi người.

Khi đức Phật thành đạo, bản thân ngài đã giải thoát mọi khổ đau nhưng không chọn sống riêng mình trong cảnh giới an lạc, mà vẫn trải qua hơn 49 năm thuyết pháp độ sinh, cùng trải qua nhiều hoàn cảnh khác nhau với người đời.

Cuộc sống chúng ta không phải bao giờ cũng xuôi chèo mát mái, mà cũng phải có lắm lúc gian nan, khổ nhọc. Mọi người quanh ta cũng thế. Nếu có thể chân thành cảm thông và chia sẻ với mọi người, chúng ta sẽ thấy gánh nặng của mình trong cuộc sống tự nó vơi đi, vì không còn chỉ là riêng mình ta gánh vác. Ý nghĩa tinh thần này rất quan trọng, vì nó luôn giúp ta có đủ niềm tin và nghị lực để vượt qua những hoàn cảnh khó khăn nhất. Vì như đã nói, điều đáng sợ nhất với tất cả chúng ta không phải là đối mặt với khó khăn, mà chính là sự cô độc không có người chia sẻ. Thực hành *đồng sự nhiếp* là một phương pháp tích cực giúp chúng ta loại bỏ được tâm trạng cô độc, bởi vì sự gần gũi chia sẻ cùng mọi người cũng chính là tạo ra mối quan hệ gắn kết giữa ta với người khác.

Khi thực hành *sáu pháp hòa kính*, điều tất nhiên là nội tâm chúng ta đã được chuẩn bị, tu dưỡng rất nhiều. Vì thế, việc tiếp nhận và thực hành *Tứ nhiếp pháp* sẽ không phải là quá khó khăn. Chẳng hạn như, khi đã thực hành "*khẩu hòa vô tranh*" thì việc tiếp tục thực hiện *ái ngữ nhiếp* sẽ dễ dàng hơn rất nhiều; khi đã thực hành "*thân hòa cộng trú*" thì sẽ có nhiều tương đồng trong việc thực hiện các pháp *lợi hành nhiếp* hay *đồng sự nhiếp*. Nói chung, tất cả các pháp khác cũng đều có những mối quan hệ nhất định với nhau như vậy. Và điều này cũng rất dễ hiểu, bởi vì tất cả đều cùng hướng về một mục đích chung là khuyến thiện trừ ác, mang lại cuộc sống an vui và hòa hợp cho hết thảy mọi người.

Tiền tài như phấn thổ

Người xưa nói: "Nhân nghĩa đáng ngàn vàng, tiền tài như bụi đất."[1] Có lẽ chúng ta ai cũng dễ dàng đồng ý với câu này, bởi vì một cuộc sống dư tiền lắm của nhưng thiếu thốn tình cảm chắc chắn không phải là điều mà chúng ta mong muốn.

Mặc dù vậy, mâu thuẫn chung của rất nhiều người trong chúng ta là không phân biệt rõ và đánh giá đúng được những giá trị vật chất và tinh thần. Trong khi cuộc sống của chúng ta mỗi ngày đều cần đến các giá trị vật chất một cách cụ thể, thì sự thiếu vắng những giá trị tinh thần nhiều khi rất khó nhận ra. Ngay trong câu cổ ngữ vừa dẫn trên, cũng đã có sự nhập nhằng không rõ nét giữa "*tiền tài*" và "*nhân nghĩa*".

Nói "*tiền tài như phấn thổ*" thì hoàn toàn có thể hiểu được. Cuộc đời thuận lợi thì tiền bạc dồi dào, lúc thất thời lỡ vận thì suy kiệt nghèo khó, điều đó hầu như vẫn thường xuyên xảy ra trong cuộc sống. Chuyện tiền bạc quả đúng là thoạt có thoạt không, chẳng có gì bền vững. Có tích cóp cho lắm thì đến một lúc nào đó cũng không chắc đã tránh khỏi trắng tay nghèo khó. Chẳng thế mà tục ngữ ta có câu: "*Ai giàu ba họ, ai khó ba đời.*"

Chỉ có *nhân nghĩa* là còn mãi trong cuộc sống.

---

[1] Nhân nghĩa tợ thiên kim, tiền tài như phấn thổ. (仁義似千金，錢財如坋土。)

Tiền bạc có thể mất đi, nhưng người sống có tình có nghĩa thì dù rơi vào hoàn cảnh nào cũng sẽ được người khác thương yêu, mến mộ. Thế nên so sánh "*nhân nghĩa*" với "*ngàn vàng*" rõ là có phần khập khiễng. Ngàn vàng dẫu quý nhưng cũng là mua được bằng tiền, mà tiền tài đã như bụi đất, thì dù có nhiều "*bụi đất*" cũng không thể so sánh cùng "*nhân nghĩa*". Tuy nhiên, đây chỉ là một cách nói biểu trưng, chúng ta cũng nên "*được ý quên lời*" mà không cần phải so đo lắm. Chỉ nói cho cạn lý là để thấy được cái giá trị không gì sánh được của *nhân nghĩa* trong cuộc sống của chúng ta!

Nhân nghĩa cũng chỉ là một trong rất nhiều giá trị tinh thần cao quý. Nếu biết quý trọng nhân nghĩa thì cũng phải biết nhận ra những giá trị tinh thần khác nữa, chẳng hạn như tình thương yêu, đức nhẫn nhục, sự cảm thông, lòng vị tha... Tất cả những phẩm chất tốt đẹp ấy đều không thể mua bằng tiền, mà chỉ có thể có được qua sự rèn luyện, tu dưỡng. Chính nhờ có những phẩm chất cao quý ấy mà cuộc sống này mới có thể trở nên tốt đẹp. Đây là điều hoàn toàn không thể thay thế bằng những giá trị vật chất.

Quan hệ gắn bó giữa bản thân ta với mọi người quanh ta cũng không thể dựa trên các giá trị vật chất. Nếu chúng ta nhận lầm như thế, điều chắc chắn là những mối quan hệ ấy không bao lâu sẽ đổ vỡ, tan rã, bởi vì:

Còn bạc, còn tiền, còn đệ tử,
Hết cơm, hết gạo, hết ông tôi.

Thế thái nhân tình là như vậy. Những khi vênh vang xe ngựa thì không thiếu người vây quanh chầu chực, nhưng khi cơm hẩm muối dưa thì muốn tìm một người để sẻ chia tâm tình cũng không phải dễ!

Nhưng bức tranh bi quan ấy là phác họa theo những quan hệ dựa trên các giá trị vật chất. Nếu chúng ta sớm nhận biết được "*tiền tài như phấn thổ*" thì điều đó sẽ không xảy ra, vì những quan hệ chân thật bền vững của chúng ta sẽ được thiết lập dựa trên những giá trị tinh thần cao quý, không thể thay đổi theo thời gian hay hoàn cảnh.

Quan hệ vợ chồng mà dựa trên những giá trị tài sản của đôi bên thì không thể là nghĩa tình chân thật. Quan hệ bạn bè mà dựa trên sự lợi dụng tiền bạc thì không phải là bạn tốt của nhau. Quan hệ hợp tác mà chỉ thuần túy vì lợi nhuận thì không thể có sự dài lâu gắn bó... Tất cả đều cần có thêm sự gắn kết của những giá trị tinh thần cao quý như nhân nghĩa, tình thương, sự cảm thông, chia sẻ...

Đời người thoáng chốc đã qua nhanh, không bao lâu rồi sẽ đến lúc:

Vèo trông lá rụng ngoài sân,
Công danh phù thế có ngần ấy thôi!

Vì thế, được chung sống giữa những người thân quanh ta bao giờ cũng là một niềm hạnh phúc lớn lao mà không phải ai cũng dễ dàng có được. Nếu chúng ta không trân trọng điều đó, luôn tự đẩy mình vào tâm trạng cô độc lẻ loi giữa mọi người, không tìm được sự hòa hợp sẻ chia trong cuộc sống, thì đó chính là sự mất mát không gì bù đắp được.

Chỉ cần chúng ta biết phân biệt giữa các giá trị tinh thần và vật chất, biết đánh giá đúng và sử dụng chúng vào những hoàn cảnh thích hợp, chắc chắn sẽ có thể tạo ra được một môi trường sống hòa hợp với tất cả mọi người quanh ta. Hạnh phúc không cần tìm đâu xa mà chính là ở đó!

LỜI CẢM TẠ

Sau hơn một năm hình thành và phát triển, tủ sách Rộng mở tâm hồn đã thực sự nhận được nhiều sự ủng hộ ưu ái từ độc giả. Chúng tôi rất vui mừng và phấn khởi khi nhận được nhiều thư từ góp ý cũng như có những cuộc điện thoại trao đổi từ nhiều tỉnh thành khác nhau trong nước. Đặc biệt, một số độc giả là Việt kiều về thăm quê hương cũng cho biết là quý vị có mua một lượng sách khá nhiều để mang tặng cho thân nhân, bè bạn hiện đang cư trú tại các nước như Hoa Kỳ, Đức... Ngoài ra, chúng tôi cũng trực tiếp trao đổi và chia sẻ cảm nghĩ với một số độc giả đã tìm đến tiếp xúc, cho dù trong số các vị có người đã phải lặn lội vượt đường xa cũng như rất khó khăn trong việc thu xếp thời gian quý giá.

Nhưng điều bất ngờ nhất khiến chúng tôi vô cùng cảm kích là có nhiều vị thượng tọa, đại đức trụ trì các chùa đã rất quan tâm đến tủ sách này. Các vị đã trực tiếp giúp cho chúng tôi nhiều ý kiến quý giá, cũng như khuyến khích thanh thiếu niên Phật tử tìm đọc *Rộng mở tâm hồn*, và đặc biệt có nhiều vị còn mua sách về chùa để phân phát, biếu tặng.

Chúng tôi vô cùng biết ơn về tất cả những chân tình mà quý độc giả gần xa, trong nước cũng như ngoài nước, đã ưu ái dành cho tủ sách non trẻ này. Đối với những người thực hiện, đây quả là một sự thành công vượt ngoài dự kiến, nhưng đồng thời cũng là một trách nhiệm hết sức lớn lao, thôi thúc chúng tôi luôn phải cố gắng hoàn thiện về mọi mặt, nội dung cũng như hình thức, để có thể xứng đáng với thịnh tình và sự tin cậy mà quý độc giả đã dành cho *Rộng mở tâm hồn*.

Nhân đây chúng tôi cũng tha thiết mong đợi sự góp sức của tất cả những ai quan tâm đến việc giữ gìn và phát huy những giá trị đạo đức trong cuộc sống, xin quý vị hãy tiếp sức cùng chúng tôi qua việc cộng tác với tủ sách này. Quý vị có thể gửi thư góp ý cụ thể với chúng tôi về từng vấn đề mà mình quan tâm, hoặc góp ý chung cho việc hoàn thiện tủ sách. Quý vị cũng có thể góp sức bằng cách giới thiệu tủ sách *Rộng mở tâm hồn* với nhiều người khác. Đặc biệt, quý vị cũng có thể viết về một chủ đề thích hợp nào đó và gửi đến cho chúng tôi. Nếu tác phẩm của quý vị có nội dung phù hợp, chúng tôi sẽ đưa vào tủ sách này để giới thiệu với đông đảo độc giả.

Mặc dù mục đích đề ra từ ban đầu của chúng tôi là cố gắng bảo tồn và phát huy những giá trị đạo đức trong cuộc sống, nhưng khi thực hiện những tác phẩm trong loạt sách này, chúng tôi thực sự không dám nghĩ đến việc nêu ra những "*khuôn vàng thước ngọc*" ở đây để mọi người noi theo, mà chỉ đơn giản là trình bày, chia sẻ một số những cảm nghĩ cũng như kinh nghiệm về từng vấn đề trong cuộc sống. Vì thế, chúng tôi rất mong rằng trong tương lai tủ sách của chúng ta sẽ trở thành một diễn đàn rộng mở để mọi người có thể trao đổi và học hỏi lẫn nhau, chia sẻ với nhau những lời hay ý đẹp.

Trên tinh thần đó, một lần nữa chúng tôi xin chân thành cảm ơn và hoan nghênh bất cứ ý kiến đóng góp nào từ quý độc giả gần xa. Mọi thư từ góp ý xin gửi về: "*Tủ sách Rộng mở tâm hồn* - Nhà sách Quang Bình - 416 Nguyễn Thị Minh Khai, P.5 Q.3, TP HCM." hoặc gửi điện thư về: *nguyenminh@rongmotamhon.net*

Trân trọng,

NHỮNG NGƯỜI THỰC HIỆN

MỤC LỤC

Lời thưa

Trong kinh Pháp Cú, đức Phật dạy rằng: "Pháp thí thắng mọi thí." Thực hành Pháp thí là chia sẻ, truyền rộng lời Phật dạy đến với mọi người. Mỗi người Phật tử đều có thể tùy theo khả năng để thực hành Pháp thí bằng những cách thức như sau:

1. Cố gắng học hiểu và thực hành những lời Phật dạy. Tự mình học hiểu càng sâu rộng thì việc chia sẻ, bố thí Pháp càng có hiệu quả lớn lao hơn. Nên nhớ rằng **việc đọc sách còn quan trọng hơn cả việc mua sách**.

2. Phải trân quý kinh điển, sách vở in ấn lời Phật dạy. Khi có điều kiện thì mua, thỉnh về nhà để tự mình và người trong gia đình đều có điều kiện học hỏi làm theo. Không nên giữ làm của riêng mà phải sẵn lòng chia sẻ, truyền rộng, khuyến khích nhiều người khác cùng đọc và học theo. Không nên để kinh sách nằm yên đóng bụi trên kệ sách, vì **kinh sách không có người đọc thì không thể mang lại lợi ích**.

3. Tùy theo khả năng mà đóng góp tài vật, công sức để hỗ trợ cho những người làm công việc biên soạn, dịch thuật, in ấn, lưu hành kinh sách, **để ngày càng có thêm nhiều kinh sách quý được in ấn, lưu hành**.

Thông thường, việc chi tiêu một số tiền nhỏ không thể mang lại lợi ích lớn, nhưng nếu sử dụng vào việc giúp lưu hành kinh sách thì lợi ích sẽ lớn lao không thể suy lường. Đó là vì đã giúp cho nhiều người có thể hiểu và làm theo lời Phật dạy. Mong sao quý Phật tử khắp nơi đều lưu tâm đóng góp sức mình vào những việc như trên.

TINH YẾU THỰC HÀNH PHÁP THÍ

- *Mua thỉnh kinh sách về đọc, tự mình sẽ được rất nhiều lợi ích.*
- *Chia sẻ, truyền rộng bằng cách cho mượn, biếu tặng kinh sách đến nhiều người thì lợi ích ấy càng tăng thêm gấp nhiều lần.*
- *Đóng góp công sức, tài vật để hỗ trợ công việc biên soạn, dịch thuật, giảng giải, in ấn, lưu hành kinh sách thì công đức lớn lao không thể suy lường, vì có vô số người sẽ được lợi ích từ việc lưu hành kinh sách.*

www.ingramcontent.com/pod-product-compliance
Lightning Source LLC
LaVergne TN
LVHW060254051026
849517LV00003B/801
9798215863640